நித்தியன் தத்

அறிவார்ந்த வாழ்வின் சாரம்

நித்தியன் நாதன்

பொருளடக்கம்

அர்ப்பணிப்பு

இந்தப் புத்தகத்தை என் பெற்றோர், மனைவி மற்றும் மகள்களுக்கு அர்ப்பணிக்கிறேன்.

ஒப்புதல்

என்னுடன் தத்துவ வாதத்தில் ஈடுபட்ட உலகெங்கிலும் வாழும் குறிப்பிடத்தக்க கல்விப் பின்னணியைக் கொண்ட நண்பர்களிற்க்கு நன்றிகள்.

''மிடில்செக்ஸ்'' இங்கிலாந்து பல்கலைக்கழகத்தின் சமூக அறிவியல் துறை கல்வியாளர்களுக்கும், சென்னை பல்கலைக்கழகத்தின் அறிஞர்களுக்கும், எனது சொந்த சிந்தனைகளை நான் உருவாக்கியபோது அவர்கள் கொடுத்த வழிகாட்டுதலுக்கும் ஊக்கத்திற்கும் நன்றிகளை தெரிவிக்க விரும்புகிறேன்.

இறுதியாக, வெளியீட்டாளருக்கு நன்றிகளை தெரிவித்துக்கொள்கிறேன்.

நித்தியன் நாதன்

இங்கிலாந்து

15-01- 2023

ஆசிரியரைப் பற்றி

நித்தியன் நாதன், தென்னிந்தியாவுக்கு அருகிலுள்ள ஈழம் (இலங்கை) தீவின் யாழ்ப்பாணத்தில் நாரந்தனை கிராமத்தில் பிறந்தார். பதின்பருவத்தில், அவர் தத்துவத்தில் ஆர்வத்தை வளர்த்துக் கொண்டார். அவர் பொறியியல் படிப்பதற்காக லண்டனுக்கு வந்தார். இருப்பினும், அவரது தத்துவ ஆர்வம் அவரது உள் மனதில் தொடர்ந்து வளர்ந்து வந்தது. இறுதியில் இது அவரது பொறியியல் பட்ட படிப்பை நிறுத்தத் தூண்டியது.

அவர் உலகம் முழுவதும் பயணம் செய்யத் தொடங்கினார், மற்றும் தன்னார்வ சமூக சேவைகளில் ஈடுபட்டார். எல்லா நேரங்களிலும், அவர் பல கேள்விகளுக்கு அறிவு மற்றும் தத்துவ பதில்களைத் தேடிக்கொண்டிருந்தார்.

அவருக்கு பரந்த கல்வி ஆர்வம் இருந்தது. கணிதம், அறிவியல், பொறியியல், தொழில்நுட்பம், வானியல் மற்றும் சமூக அறிவியல் பாடங்கள் பெரும்பாலும் சமூகவியல், பொருளாதாரம், அரசியல் கோட்பாடுகள், சமூக உளவியல், சமூக மானுடவியல் மற்றும் பலவற்றைப் படித்தார்.

இவர் தமிழ் மெய்யியல் மற்றும் கிரேக்க மெய்யியலை ஆழமாக கற்றார்.

1

தனது தத்துவப் பயணத்தின் கிட்டத்தட்ட பத்து ஆண்டுகளுக்குப் பின்பு, அவர் தனது சமூக அறிவியல் பட்டப் படிப்பில் தத்துவத்தை ஒரு முக்கிய பாடமாகப் படிக்க இங்கிலாந்து திரும்பினார். பின்னர் தகவல் தொழில்நுட்பத்தில் முதுகலை படித்து ஆலோசகராக ஆனார்.

ஓய்வுக்குப் பின்பு, அவர் தனது தத்துவத்தை எழுத தொடங்கினார்.

அறிமுகம்

நாம் 21 ஆம் நூற்றாண்டில், தொழில்நுட்ப ரீதியாக முன்னேறிய உலகில் வாழ்கிறோம், புத்திசாலித்தனமான வாழ்க்கையை மேற்க்கொள்கிறோம். நமது தற்போதய வாழ்க்கை, பத்தாயிரம் அல்லது இரண்டாயிரம் ஆண்டுகளுக்கு முன்பான நம் மூதாதையர்களின் வாழ்க்கையை விட மிகவும் சிக்கலானது ஆனால் பொருளாதரீதியில் மிகவும் மேலானது.

விரைவில், நாம் செயற்கை நுண்ணறிவின் உதவியுடன் உயர்ந்த புத்திசாலித்தனமான வாழ்க்கையை மேற்க்கொள்ள போகிறோம்.. இந்த நேரத்தில், நாம் நமது வாழ்க்கையின் 'சாராம்சத்தை' தத்துவ ரீதியாக மறுவரையறை செய்தாக வேண்டும். மேலும் வாழ்வதற்கான தார்மீக வழிகாட்டுதல்களை மீளாய்வு செய்யவேண்டும். இவ்விதத்தில் நாம் 21 ஆம் நூற்றாண்டிலும் அதற்கு அப்பாலும் நாம் மகிழ்ச்சியாக வாழ முடியும், மேலும் தார்மீக நெருக்கடிகளையும் தவிர்க்க முடியும்.

இந்த நூலின் முதல் ஐந்து அத்தியாயங்களை இலகுவாக பின்பற்ற முடியும், மேலும் வாசகராகிய உங்களுக்கு, பின்வரும் அத்தியாயங்களைப் புரிந்துகொள்ளத் தேவையான பின்னணி தத்துவ அறிவையும் வழங்குகிறது. *நித்தியன் தத்துவம் மகிழ்ச்சியான* மற்றும் அமைதியான அறவார்ந்த வாழ்க்கையின் சாராம்சத்தை அடைய பின்பற்ற வேண்டிய வழிகாட்டுதல்களை வழங்குகிறது.

இப்புத்தகம் பல ஆண்டுகள் படிப்பு, ஆராய்ச்சி மற்றும் பகுப்பாய்வின் விளைவாகும். இது மனிதர்கள், செயற்கை நுண்ணறிவு மற்றும் பிரபஞ்சத்தில் உள்ள பிற உயிர்களுக்காக நான்காம் பரிமாண அறிவில் எழுதப்பட்ட ஒரு அறநெறி

தத்துவ புத்தகம். நான் இந்த புத்தகத்தை கல்வி மற்றும் தத்துவத் துறையின் விதிகளை மீறாமல் எழுதியுள்ளேன். பண்டைய தத்துவவாதிகளின் அறிவார்ந்த படைப்புகளை நான் அங்கீகரித்து சுருக்கமாக வெளிப்படுத்தியுள்ளேன், முடிந்தவரை எளியமையான மொழியைப் பயன்படுத்தியுள்ளேன்.

அறிவியல், பொறியியல், தொழில்நுட்பம் மற்றும் தத்துவ மாணவர்கள் தங்கள் அறிவை விரிவுபடுத்த அவர்கள் விரும்பும் துறைகளில் மேம்பட்ட படிப்புகளில் மேலும் ஈடுபடுவதை நான் ஊக்குவிக்கிறேன். தமிழ் மொழி பயிலும் மாணவர்களும் அறிஞர்களும் இந்நூலைப் பயன்படுத்தித் தமிழரின் தத்துவத்தை பொதுவான தமிழ் இலக்கிய வகைப்பாட்டிலிருந்து வேறுபடுத்திக் காணலாம்.

கிரேக்க தத்துவத்தை விட தமிழரின் தத்துவம் மிகவும் பழமையானது என்று இந்நூல் தைரியமாகக் கூறுகிறது. இது தமிழ் உயர் அறிவுஜீவிகளின் பணிகளை அடையாளம் கண்டு, தமிழ் தத்துவத்தை ஒரு தனித்துவமான கல்வித் துறையாக நிறுவுகிறது. நான்கு பரிமாணங்களுக்கு அப்பால் செல்லும் அறிவுக்கான பண்டைய தமிழ் அணுகுமுறை இருப்பது நம்பத்தகுந்தது, ஆனால் தமிழ் சித்தர்களின் (அறிஞர்கள்) ஏழாம் புலன் அறிவு முறை குறித்த ஆழமான பகுப்பாய்வு இந்த புத்தகத்தில் ஆரயப்படவில்லை.

அத்தியாயம் 7 செயற்கை நுண்ணறிவை உள்ளடக்கியது. இந்த புத்தகம் தொழில்நுட்ப ரீதியாக இயக்கப்படும் உலகம், செயற்கை நுண்ணறிவு இயந்திரங்களின் எழுச்சி மற்றும் மனித உழைப்பை 'ரோபோ' தொழிலாளர்களால் மாற்றுவதன் தாக்கம் மேலும் இந்த செயற்கை நுண்ணறிவு ஆதிக்கம் செலுத்தும் உலகின் பல்வேறு தாக்கங்களைக் கையாள்கிறது.

4

மிக முக்கியமாக, அத்தியாயம் 9 நமது 'புத்திசாலித்தனமான வாழ்க்கையின் சாராம்சத்தை' வரையறுப்பதன் மூலம் '21 ஆம் நூற்றாண்டிலிருந்து எவ்வாறு மகிழ்ச்சியாக வாழ்வது என்பதை விளக்குகிறது. கூடுதலாக, 'வாழ்க்கை என்றால் என்ன?' 'ஏன் இந்த வாழ்க்கை?' போன்ற மிக முக்கியமான கேள்விகளுக்கு இப்புத்தகம் பதிலளிக்கிறது. இந்த விளக்கங்கள் மனித வாழ்க்கையைப் பற்றிய நமது புரிதலில் குழப்பத்தைத் தவிர்க்க உதவுகின்றன.

செயற்கை நுண்ணறிவு அடிப்படையிலான பொருளாதாரத்தின் கருத்தைப் பற்றி மேலும் அறிய விரும்பினால் அத்தியாயம் 12ல் நீங்கள் குறிப்பாக காணலாம். நீங்கள் ஒரு பொருளாதார மாணவராக இருந்தால், உலக மக்களுக்கு ஏராளமான பொருட்கள் மற்றும் சேவைகளின் செயற்கை நுண்ணறிவு அடிப்படையிலான பொருளாதாரம் குறித்த இந்த புதிய யோசனைகள் ஒரு சாத்தியமான விளைவு என்று நீங்கள் கருதலாம். அத்தியாயம் 13 இல், விண்வெளி பயணம் மற்றும் பிரபஞ்சத்தில் மற்ற கிரகங்களில் குடியேறும் கருத்து விமர்சன ரீதியாக பகுப்பாய்வு செய்யப்படுகின்றன; மறைக்கப்பட்ட இருண்ட விடயங்கள் மற்றும் இருண்ட ஆற்றல் ஆகியவற்றை பிரபஞ்சத்தில் வலிமையான சக்திகளாகக் கருதுவதன் மூலம் நடைமுறை சவால்கள் முன்வைக்கப்படுகின்றன.

'குவாண்டம்' இயக்கவியல், துணை அணு துகள்கள், இருண்ட விடயங்கள் மற்றும் எதிர்காலத்தில் பல பரிமாண ஆய்வு அறிவு முன்னேற்றத்தின் சாத்தியக்கூறுகள் பற்றிய சமீபத்திய அறிவியல் கண்டுபிடிப்புகள் மற்றும் புரிதல்களைப் பயன்படுத்துவதன் மூலம் இந்த புத்தகம் மிக உயர்ந்த தத்துவ ஒழுக்கத்துடன் எழுதப்பட்டுள்ளது. இது மனிதர்கள் மற்றும் செயற்கை நுண்ணறிவு இரண்டின் வரம்புகளையும் வரையறுக்கிறது மற்றும்

எதிர்காலத்தில் பல பரிமாண அறிவு தளத்துடன் இவைகள் மேலும் வளரும் என்று கணித்துள்ளது.

இந்த புத்தகத்தின் நோக்கம் மனிதர்கள் மற்றும் பிரபஞ்சத்தில் உள்ள சக உயிர்களுக்கு ஒரு மகிழ்ச்சியான மற்றும் அமைதியான வாழ்க்கையை வாழ உதவும் வழிகாட்டுதல்களின் தொகுப்பாக செயல்படுவதாகும்.

அத்தியாயம் 1

தத்துவம் என்றால் என்ன?

தத்துவம் என்பது மிக உயர்ந்த கல்வித் துறையாகும். இது மனிதர்கள் மற்றும் நமது கிரகத்தில் உள்ள பிற உயிரினங்களை நிர்வகிக்கும் உலகளாவிய விதிகளை வரையறுக்கிறது, நமது சூரிய மண்டலத்தில் உள்ள மற்ற உயிரினங்கள், பால்வீதி, விண்மீன் திரள்கள், கருந்துளைகள் மற்றும் பொதுவாக பிரபஞ்சத்துடன் தொடர்புடைய விதிகளை வரயறுக்கும்.

இது சமூக அறிவியல் மற்றும் இயற்கை அறிவியல் பாடங்களை இணைக்கும், மனித சிந்தனைகளின் செயல்முறை மற்றும் அறிவைக் வரையறுக்கும் துறையாகும். அறநெறித் தத்துவம், அரசியல் தத்துவம் மற்றும் சமூகத் தத்துவம் போன்ற குறிப்பிட்ட பகுதிகளை உள்ளடக்கிய பல வகையான தத்துவங்கள் உள்ளன. தத்துவத்தின் ஒரு ஆழமான மற்றும் மிகவும் முன்னேறிய பிரிவு அறிவுக் கோட்பாடு என்று அழைக்கப்படுகிறது. அறிவுக் கோட்பாடு என்பது அறிவின் அகநிலை மற்றும் புறநிலை வடிவங்களுடன் தொடர்புடையதாகும்.

' அறநெறி ' எனப்படும் தத்துவத்தின் கிளையில் உள்ள நன்கு வரையறுக்கப்பட்ட ஒழுக்கக் கோட்பாடுகள் அமைதியான, அர்த்தமுள்ள வாழ்க்கையை வாழ்வதற்கான வழிகாட்டுதல்களை வழங்குகின்றன. மேலும், அறநெறி தத்துவம் நியாயத்தின் கொள்கைகளை வரையறுக்கிறது.

தத்துவம் உண்மைகளைக் கண்டறிய உங்கள் மனதை எழுப்புகிறது, ஆனால் முழுமையான உண்மையை நம்மால் ஒருபோதும் கண்டுபிடிக்க முடியாது, ஏனெனில் நம் கண்களாலும் நம் மனத்தாலும் நாம் உணரும் எந்த உண்மைகளும் ஒப்பீட்டளவில் சார்பு

நிலையில் உள்ளன, மேலும் நமது மனித தவறுகள் மற்றும் வரம்புகளுக்கு உட்பட்டவை.

தத்துவம் ஏன் அவசியம்?

தத்துவம் நம்மனதில் தெளிவான அடிப்படை அறிவு அமைப்பை உருவாக்க உதவுகிறது. நமது தனிப்பட்ட பின்னணி மற்றும் அனுபவத்திலிருந்து வரும் அறிவின் அடிப்படையில்தான் நமது அனைத்து உணர்வுகளும் விளக்கப்படுகின்றன. இந்த அடிப்படையில், நன்கு வரையறுக்கப்பட்ட ஒழுக்கக் கொள்கைகள் அல்லது நெறிமுறைகள் திடமான அறிவை வளர்ப்பதற்கும், இதன் மூலம், நாம் மகிழ்ச்சியான வாழ்க்கையை மேற்கொள்ள வேண்டிய உயர்ந்த அறநெறி கொள்கைகளைப் பின்பற்றுவதற்கு நம்மை வழிநடத்துகின்றது.

உங்கள் நம்பிக்கைகளின் அடிப்படையில் நீங்கள் முடிவுகளை எடுக்கக்கூடாது. ஏனெனில் நம்பிக்கை என்பது அறியாமை, நம்பிக்கை பொது அறிவை அடிப்படையாகக் கொண்டது, அறிவியல் உண்மையான முழுமையான அறிவை அடிப்படையாகக் கொண்டது அல்ல.

தத்துவம் ஒரு சிறந்த, மிகவும் நாகரிகமான வாழ்க்கையை வாழ நம்மை வழிநடத்துகிறது; இது நம்மை அறிவுஜீவிகளாக மாற்றவும், நமது ஞானத்தை வளர்க்கவும் வழிகாட்டுகிறது. சுருக்கமாக, தத்துவம் நம் வாழ்க்கை முறையை பாதிக்கிறது மற்றும் வழிநடத்துகிறது, மேலும் சமூக மற்றும் இயற்கை அறிவியலின் அறிவுடன் இணைந்து, தொழில்நுட்பங்களை வளர்க்க புதுமைப்படுத்த நமக்கு அதிகாரம் அளிக்குகிறது.

நாம் கடைப்பிடிக்க வேண்டிய மற்றும் பின்பற்ற வேண்டிய ஒழுக்க நெறிகளை வரையறுப்பதன் மூலம் மகிழ்ச்சியான, அமைதியான வாழ்க்கையை

8

வாழ தார்மீக தத்துவம் நம்மை வழிநடத்துகிறது. இதையொட்டி, மகிழ்ச்சியான வாழ்க்கையை வாழ்வது ஒரு புத்திசாலித்தனமான வாழ்க்கையின் சாராம்சம். நாம் புத்திசாலித்தனமான வாழ்க்கையை நடத்துவதாலும், எதிர்காலத்தில் மிக உயர்ந்த புத்திசாலித்தனமான வாழ்க்கையை நடத்துவதாலும், நன்கு வரையறுக்கப்பட்ட ஒழுக்க நெறிகளைக் கடைப்பிடிக்க நாம் பழக்கப்பட வேண்டும்; இல்லையென்றால், நாம் விரைவில் மனச்சோர்வு அடைந்துவிடுவோம்.

மனிதனின் சுருக்கமான வரலாறு

நாம் படிப்படியாக தத்துவத்திற்குள் ஆழமாகச் செல்வதற்கு முன்பு, நமது மனித வரலாற்றை சுருக்கமாக பார்ப்பது பொருத்தமானது. நமது சூரிய மண்டலமும் பூமியும் சுமார் 460 கோடி ஆண்டுகளுக்கு முன்புதான் உருவானது என்பதற்கான அறிவியல் சான்றுகள் நமக்குத் தெரியும். சிவபெருமானின் சீடர்களாக இருந்த சித்தர்கள் (தமிழ் அறிஞர்கள்) கூற்றுப்படி, பிரபஞ்சத்தின் யுகத்துடன் ஒப்பிடும்போது இது மிகக் குறுகிய காலம். இதற்கு நேர்மாறாக, நவீன விஞ்ஞானிகள் பிரபஞ்சம் சுமார் 1360 கோடி ஆண்டுகளுக்கு முன்புதான் தோன்றியது என்று மதிப்பிடுகின்றனர். இந்த விஞ்ஞானிகளின்

9

மதிப்பீடுகள் எதிர்காலத்தில் தவறாக நிரூபிக்கப்படும்.

ஒரு பெருவெடிப்பை தொடர்ந்து, தூசி மற்றும் துகள்களின் மேகம் சரிந்து ஒரு சூரிய 'நெபுலாவை' உருவாக்கியபோது நமது சூரிய குடும்பம் உருவாக்கப்பட்டது. சுழலும் திரளின் மையத்தில் உள்ள நமது சூரியன், பெரும்பாலான பருப்பொருள்களை ஈர்த்தது, மேலும் இந்த தீப்பந்து தணிந்தவுடன் சூரியனைச் சுற்றி உருவானவை மீதமுள்ள கிரகங்கள். பூமி குளிர்ந்தபோது, ஒற்றை உயிரணு உயிரினம் சுமார் 350 கோடி ஆண்டுகளுக்கு முன்பு தோன்றியது. அப்போதிருந்து, சுமார் 300 கோடி ஆண்டுகள் மதிப்புள்ள இயற்கை தேர்வு பூமியில் பல்வகை உயிரினங்களின் பரிணாம வளர்ச்சியை நிகழ்த்தியுள்ளது. இதை அறிவியல் சான்றுகளுடன் நிரூபிக்க முடியும். தற்போதைய மனிதர்கள் 200,000 ஆண்டுகளுக்கு முன்புதான் கிழக்கு ஆப்பிரிக்கா அல்லது தென்னிந்தியாவின் தமிழ் நாட்டில் பரிணமித்தனர்.

மனித வரலாற்றில், மனிதகுலம் காட்டுமிராண்டித்தன காலங்களைக் கொண்டிருந்தது, அவை சுமார் 200,000 ஆண்டுகள் நீடித்தன. இந்த மனித நாகரிகம் வெறும் 20-50,000 ஆண்டுகளுக்கு முன்பு தான் தொடங்கியது, அப்போது மனித மூளையின் அளவு உடல் செயல்பாடுகளின் மூலம் இருமடங்கானது. மனிதர்கள் சிந்திக்கத் தொடங்கினர், நனவான வாழ்க்கையை வாழத் தொடங்கினர்.

நாகரிகத்தின் தொடக்கத்தில், எழுதப்பட்ட மொழி அல்லது மதம் இல்லை. கடவுளும், தெய்வமும் இல்லை. ஆயிரக்கணக்கான ஆண்டுகள் வேட்டையாடி உணவுகளைச் சேகரித்த பிறகு, மனிதர்கள் உணவுகளை உற்பத்தி செய்ய கற்றுக்கொண்டு குறிப்பிட்ட பகுதிகளில் குழுக்களாக குடியேறினர். விவசாயம் கண்டுபிடிக்கப்பட்டு உபரி

உணவுகளை உற்பத்தி செய்யத் தொடங்கினர். மனிதன் வேட்டையாடுதல் மற்றும் குழுக்களாகச் சேகரித்தல் வாழ்க்கையிலிருந்து விலகி ஒரு நிலையான வாழ்க்கையை உருவாக்கி சமூகங்களையும், பின்பு சமூதாயங்களையும் உருவாக்கினான்.

மக்கள் அதிக எண்ணிக்கையில் ஒன்றாக வாழ்ந்ததால், தகவல்தொடர்புக்கான மொழிகளை வளர்ப்பதன் மூலம் அவர்கள் புதுமையைப் புகுத்தினர். எந்த குழு மொழியை சரியாகப் பயன்படுத்தத் தொடங்கியதோ அதுவே மனிதகுலத்திற்கு நாகரிகத்தைக் கொண்டு வந்த முதல் குழு. தகவல்தொடர்புக்கு உதவ மொழி வளர்ந்தபோது, மக்கள் ஒருவருக்கொருவர் வாய்மொழி மற்றும் எழுத்து வடிவத்தில் அறிவைப் பரிமாறிக்கொள்ளத் தொடங்கினர். தமிழ் மொழி உலகின் மிகப் பழமையான மொழியாகும், தமிழ் அமைப்பு நனவான மனித வாழ்க்கையை வளர்க்கவும், மேலும் முன்னேறவும், அதற்கு அப்பால், தத்துவ சிந்தனையை உருவாக்கவும், அறிவார்ந்த வாழ்க்கைக்கு வழிவகுத்தது. நாகரிகத்திற்கும் மனித குலத்தின் முன்னேற்றத்திற்கும் தமிழ் முறைமை பங்களித்தது.

பண்டைய தத்துவங்களின் வரலாறு

பண்டைய தத்துவங்களின் வரலாற்றை முக்கியமாக தமிழ் மற்றும் கிரேக்க தத்துவங்களாக வகைப்படுத்தலாம். தமிழ் தத்துவங்கள் மிகவும் பழமையான மற்றும் நன்கு நிறுவப்பட்ட சிந்தனை செயல்முறையாகும், இது கல்வி நூல்கள் மற்றும் தொல்பொருள் சான்றுகளால் ஆதரிக்கப்படுகிறது.

நன்கு அறியப்பட்ட கிரேக்க தத்துவம் தமிழ் தத்துவத்தை விட மிகவும் தாமதமாக வந்தது. இரண்டு தத்துவங்களும் மனித அறிவின் முன்னேற்றத்திற்கு மகத்தான பங்களிப்பு செய்தன.

11

தமிழர்களும் கிரேக்க தத்துவஞானிகளும் இயற்கை மற்றும் சமூகம் பற்றிய தங்கள் சிந்தனைகளை வளர்த்துக் கொண்டனர், எழுத்து வடிவத்தில் தங்கள் சிந்தனைகளை பரிமாறிக் கொண்டனர்.

நாகரிக யுகத்தின் தொடக்கத்தில், சிவபெருமான் (கிமு 30,000–15,000) தமிழர்களின் நிலத்தில் வாழ்ந்தார். கிமு 50,000 முதல் 10,000 வரையிலான முதல் தமிழ் கல்விக் காலம் (சங்கம்) தென்னிந்தியாவையும் இந்தியப் பெருங்கடலில் மூழ்கிய சில தீவுகளையும் உள்ளடக்கியது.

சிவபெருமான் தான் உலகின் முதல் தத்துவஞானி மற்றும் அறிஞராவார். தமிழ் மொழியை உலகின் முதல் மொழியாக அவர் வெளிப்படுத்தினார். அவரது ஞானத்தில், இந்த மொழி அறிவு முன்னேற்றத்திற்கும் தத்துவ சிந்தனைக்கும் முக்கிய அடிப்படையாகும். தமிழ் மொழி, தமிழ் இசை, தமிழ் நடனம், தமிழ் இயற்கை மருத்துவம், வானவியல், கட்டிடக்கலை மற்றும் பலவற்றை உள்ளடக்கிய **தமிழ் முறைமையின்** முக்கிய பகுதியாக அறநெறித் தத்துவம் மிகவும் அடிப்படையாக இருக்கிறது..

தமிழர் தத்துவத்தை சிவபெருமான் அறிமுகப்படுத்தினார். கிரேக்க தத்துவஞானியான 'தாலஸ்' கிமு 600ல் கிரேக்க தத்துவச் சிந்தனையைத் தொடங்கினார், அதைத் தொடர்ந்து 'சாக்ரடீஸ்', 'பிளேட்டோ', 'அரிஸ்டாட்டில்' மற்றும் பலர். கிரேக்க தத்துவங்கள் கணிதம் மற்றும் வானியல் உள்ளிட்ட பல்வேறு பகுதிகளை உள்ளடக்குகின்றன, ஆனால் இவர்கள் தார்மீக தத்துவத்திற்கு அதிக முக்கியத்துவம் அளிக்கவில்லை. உலகில் வேறு சிந்தனை முறைகள் இருந்தன, ஆனால் அவற்றில் பெரும்பாலானவை தத்துவ சிந்தனையாக கருத முடியாத கடவுள் மதம் சார்ந்த எழுத்துக்களாக இருந்தன. இந்த மதக் கருத்துக்கள், அறிவு அடிப்படையிலான தமிழ் மற்றும் கிரேக்க தத்துவச் சிந்தனைகளைப் போல தத்துவமாகக் கருதக்கூடிய வகையில் கட்டமைக்கப்பட்ட சிந்தனை செயல்முறைகளைப் பின்பற்றவில்லை.

தமிழ் மொழி கிரேக்க மொழியை விட மிகவும் பழமையானது. தமிழர்கள் ஒரு மேம்பட்ட மொழியை உள்ளடக்கிய ஒரு முறையை வழங்கினர்.

12

சிந்தனைகளை வளர்ப்பதற்கு மொழி மிகவும் முக்கியமானது இந்த அர்த்தத்தில், தமிழர் தத்துவ சிந்தனைகள் கிரேக்க தத்துவத்தை விட அதிநவீனமானவை மற்றும் மிகவும் பழமையானவை.

சிவபெருமான் தான் முதல் உலக தத்துவவாதி - கிரேக்க தத்துவவாதி 'தாலேஸ்' அல்ல. மனித அறிவு முன்னேற்றத்திற்கு அடிப்படையாக அமைந்த பண்டைய தத்துவங்களின் வரலாற்றின் அடிப்படையில், தமிழர்களும் கிரேக்கர்களும் மனித தத்துவ சிந்தனையின் நிறுவனர்கள் என்று கருதலாம்.

அத்தியாயம் 2

தமிழரின் தத்துவம்

மனித நாகரிகத்தின் தொடக்கத்தில் *(கிமு 30,000–15,000)* தமிழர்களின் முதல் சங்க காலத்தில் சிவபெருமான் வாழ்ந்தார்.

தமிழரின் அமைப்பைக் கட்டியமைத்த அவர், அறிவு மேம்பாட்டிற்காக தமிழ் மொழியை முதன்முதலில் அறிமுகப்படுத்தினார்.

உடலையும் மனதையும் கட்டுப்படுத்த யோகா மற்றும் தியானத்தை அறிமுகப்படுத்தினார். அவரே யோகா பயிற்சி செய்து, ஒரு உயர் நனவு நிலையை அடைந்தார். யோகா என்பது சுவாசக் கட்டுப்பாட்டு நுட்பங்களுடன் இணைந்து உடலையும் மனதையும் வலுப்படுத்தும் பயிற்சிகளைக் கொண்டுள்ளது.

சிவபெருமான் *(கிமு 30,000–15,000)*

சிவபெருமான் வேதத்தை மனிதகுலத்திற்கு அறிமுகப்படுத்தினார். உடலைக் கட்டுப்படுத்தும் ஏழு உறுப்புகள் உள்ளன என்பதைக் கண்டுபிடித்து விளக்கினார், அவற்றை அடையாளம் காண ஏழு வண்ணங்களைப் பயன்படுத்தினார். இவர் தனது வானியலில் சூரியன் உட்பட ஏழு கிரகங்களை

14

மட்டுமே கணக்கிட்டார். ஆயிரக்கணக்கான ஆண்டுகளுக்கு முன்பு, அனைத்து கிரகங்களும் சூரியனைச் சுற்றி வருகின்றன என்பதைக் கண்டுபிடித்தார். இவர் தமிழ் நாட்காட்டியை உருவாக்கினார். அவர் வாரத்திற்கு ஏழு நாட்களை வரையறுத்து, ஒவ்வொரு நாளுக்கும் ஒரு கிரகத்தை ஒதுக்கினார். முதல் நாள் ஞாயிறு (சூரியனுக்கு).

அவர் நடனம் மற்றும் ஒற்றை முனை இசையை அறிமுகப்படுத்தினார். சுருக்கமாகச் சொன்னால், சிவபெருமான் **தமிழர்களின் முறைமை**, அதாவது தமிழர்களின் வாழ்க்கை முறை மற்றும் மனிதகுலத்தின் முன்னேற்றத்திற்கான பாதையை புதுமையாக்கினார். மனித நாகரிகத்தை மேம்படுத்த தனது சீடர்களுக்கு (சித்தர்கள்) இந்த கண்டுபிடிப்புகளை அவர் கற்பித்தார்.

சிவபெருமான் தமிழ் சித்த மருத்துவம் என்று அழைக்கப்படும் ஒரு வகையான இயற்கை மருத்துவத்தை அறிமுகப்படுத்தினார். சித்தர்களால் மிக உயர்ந்த மன ஒருமைப்பாட்டின் மூலம் இது மேலும் வளர்ந்தது. இன்றும் இந்த இயற்கை மருத்துவ முறை தமிழ் மக்களிடையே பரவலாகப் பயன்படுத்தப்படுகிறது.

சிவபெருமான் நாட்டியம் (பரத நாட்டியம்) கற்பித்தார், இதை இன்றும் மாணவர்கள் தொடர்ந்து கற்று பயிற்சி செய்து வருகின்றனர். பரத நாட்டிய நடனத்தில் அவர் 108 முக்கிய நடனங்களை, வகுத்தார். குறிப்பாக அவரது அண்ட நடனத்தை நிகழ்த்துவது மிகவும் கடினம். அவர் ஒருபோதும் தன்னை கடவுள் என்று கூறவில்லை. தமிழ் மரபில் இன்றளவும் சிறந்த திறமைசாலிகள் போற்றப்பட்டு பின்பற்றப்பட்டு, வழிபடப்பட்டு வருகின்றனர். காலம் செல்லச் செல்ல, பிரபஞ்சத்தை பிரதிபலிக்கும் லிங்க சின்னத்துடன் மக்கள் அவரை வணங்கினர். அவரது காலத்தில் இந்து மதம் இல்லை. இந்த சின்னங்கள் மூலம் இயற்கையை வழிபடுவதை உள்ளடக்கிய ஒரு பழங்கால மதம் இருந்தது.

5,000 ஆண்டுகள் பழமையான இந்த லிங்கம் இன்றைய பாகிஸ்தானில் கண்டு பிடிக்கப்பட்டது. சிந்து சமவெளியில் தமிழ் நாகரிகத்தின் முக்கிய இடமாக இருந்த ஹரப்பாவில் இது கண்டு பிடிக்கப்பட்டது.

சிவபெருமான் நான்கு வகையான அறிவியலை (வேதம் அல்லது வேதம்) கண்டுபிடித்தார். ரிக் வேதம், சாம வேதம், யஜுர் வேதம், அதர்வ வேதம் ஆகியவையாகும். பின்பு சமயவாதிகள் தமிழிலிருந்து புனித மொழியாக உருவாக்கிய 'சமஸ்கிருத' மொழியில் இந்த வேதங்களை மொழி பெயர்த்தனர்.

தொல்காப்பியர் (கிமு 10,000–1500)

இரண்டாம் தமிழ் சங்க காலத்தில் (கிமு 10,000-1000), தமிழ் மொழி இலக்கண நூலை தொல்காப்பியர் எழுதினார். இது உலகில் இன்னும் நடைமுறையில் உள்ள பழமையான இலக்கண புத்தகம். தொல்காப்பியரின் எழுத்துக்களின்படி இலக்கண நூலை எழுதும் போது அவர் குறிப்பிட்ட பல நூல்கள் இருந்தன. துரதிர்ஷ்டவசமாக, அவை அனைத்தும் இயற்கை பேரழிவுகளால் அழிந்து போயிற்று.

'தொல்காப்பியம்' இலக்கண நூலில் மூன்று பிரிவுகள் (நூல்கள்) உள்ளன:

நூல் 1 – எழுத்ததிகாரம்
நூல் 2 – சொல்லதிகாரம்
நூல் 3 – பொருளதிகாரம்

தொல்காப்பியர் தனது கடைசி நூலான 3-ல் தத்துவம் மற்றும் பல்வேறு அறிவியல் பாடங்களைப் பற்றி

எழுதியுள்ளார். இது தமிழர் தத்துவத்தின் குறிப்பிடத்தக்க சாதனையாகும்; இதில் உலகின் ஐந்து அடிப்படை கூறுகளை விளக்கி உள்ளார், அதே நேரத்தில் உலகின் பிற பகுதிகள் இன்னும் வாழ்க்கையின் அடிப்படைக் கருத்துக்களுடன் போராடிக் கொண்டிருந்தன.

3500 ஆண்டுகளுக்கு முன்பு, மிகவும் வளர்ந்த தமிழ் மொழியை இலக்கண நூலுடன் வழங்குவதன் மூலம் உலகின் முதல் நாகரிகத்தை உருவாக்கி தமிழர்கள் தத்துவ ரீதியாகவும் விஞ்ஞான ரீதியாகவும் முன்னேறினர். சமீபத்திய அகழ்வாராய்ச்சிகளின் சான்றுகள் அதன் எழுத்து வடிவத்தில், தமிழ் மொழி 4000 ஆண்டுகளுக்கு முந்தையது என்பதை நிரூபிக்கிறது. 4,000 ஆண்டுகளுக்கு முன்பே இலக்கணப் புத்தகம் தேவை என்பதை ஏற்றுக்கொள்வது பொது அறிவு, ஏனெனில் அந்த நேரத்தில் மொழி மிகவும் வளர்ந்தது மற்றும் ஒழுங்குமுறை தேவைப்பட்டது.

தொல்காப்பியம் தமிழ் இலக்கண நூலாக மட்டுமல்லாமல், தத்துவத்தின் முக்கிய அங்கமான **இடம்** மற்றும் **காலம்** உள்ளிட்ட தத்துவத்தையும், மிக முக்கியமாக, மேம்பட்ட **'அறிவுக் கோட்பாட்டையும்'** உள்ளடக்கியது.

ஒரு அறிஞராகவும், முன்னணி தமிழ் தத்துவவாதியாகவும், தொல்காப்பியர் ஞானக் கோட்பாட்டை வகுத்து, புலன் உள்ளீடுகள் மற்றும் அறிவு நிலை ஆகியவற்றின் அடிப்படையில் அனைத்து உயிரினங்களையும் தனது நூல் 3 இல் வகைப்படுத்தினார். இந்த வகைப்படுத்தலிற்கு விளக்கமும் கொடுத்துள்ளார்

ஒரு புலன் கொண்ட உயிர்கள் தொடுதல் உணர்வைக் கொண்டவர்கள்.

இரண்டு புலன்களைக் கொண்ட உயிர்கள் மேற்கூறியவற்றுடன் ரசனை உணர்வையும் கொண்டவர்கள்.

மூன்று புலன்களைக் கொண்ட உயிரினங்களுக்கு வாசனை உணர்வு கூடுதலாக உள்ளது.

18

நான்கு புலன்களைக் கொண்ட உயிர்களுக்கு மேற்கூறியவற்றுடன் பார்வை உணர்வும் உண்டு.

ஐந்து புலன்களைக் கொண்ட உயிர்களுக்கு மற்றவற்றைத் தவிர செவிப்புலன் உணர்வும் உண்டு.

ஆறு புலன்களைக் கொண்ட உயிர்களுக்கு மேற்கூறியவற்றுடன் ஒரு மனமும் உண்டு.

தொல்காப்பியர் காலத்தில், ஏழாவது உணர்வு அதி நனவு நிலையில் சித்தர்கள் மருத்துவம், வானவியல், ஜோதிடம் உள்ளிட்ட 64 திறன்களில் (கலைகளில்) தேர்ச்சி பெற்றனர். தொல்காப்பியர் மற்றும் சித்தர்கள் பரிணாமத்தையும், குறிப்பாக உயிரியலையும் அறிந்திருந்தார்கள்.

கடைசித் தமிழ்ச் சங்கம் கிமு 1000 முதல் கிபி 300 வரை நீடித்தது. இக்காலத்தில் தமிழ் மொழி, இலக்கியம் ஆகியவற்றுடன் தமிழ் மெய்யியலும் மேலும் முன்னேறியது. தமிழர் நாகரிகம் வளர்ந்தபோது, விலங்குகள் மற்றும் பிற தாழ்ந்த உயிரினங்களை கொல்வதும் சாப்பிடுவதும் தடைசெய்யப்பட்டது, மேலும் நாகரிகமற்ற ஒரு பாவமான செயலாக கருதப்பட்டது. சிந்தனைகள் மேலும் வளர்ந்தன, ஒழுக்கக் கோட்பாடுகள் வரையறுக்கப்பட்டன. இந்த கடைசி சங்க காலத்தில் முக்கியமான படைப்புகள் சமர்ப்பிக்கப்பட்டு வெளியிடப்பட்டன.

அறிவு அகநிலை மற்றும் புறநிலை சிந்தனை வடிவங்களாகப் பிரிக்கப்பட்டது.

பண்டைய தமிழ்க் கவிதைகள் (அகம்)– அகவயமானவை: இதயம் மற்றும் மனித உணர்ச்சிகளைக் கையாளும். (புறம்)– புறநிலை: போர், அரசியல், செல்வம் போன்ற வாழ்க்கையின் உறுதியான விடயங்களைக் கையாளும்

தமிழர்களின் அகநிலைச் சிந்தனைக்கு அகநானூறு ஓர் எடுத்துக்காட்டு.

மின்னல்களால் சிறகுகள் சிறகடித்த மேகங்கள் ஒரு
முக்கிய பெரிய மழைத்துளியை உதிர்த்து,
மழைக்காலத்தை முன்னறிவித்தன;

கூர்மையான நுனிகளைக் கொண்ட மொட்டுகள்
மல்லிகை கொடிகளில் முளைத்துள்ளன;

இல்லத்தின் மொட்டுகளும், பச்சைத் தண்டு
கொண்டையும் மென்மையாக விரிந்துள்ளன;

அடுத்தது தமிழர்களின் (புறம்) புறநிலை சிந்தனை
வடிவத்திற்கு புறநானூறு எடுத்துக்காட்டு.

யாதும் ஊரே யாவரும் கேளிர்

தீதும் நன்றும் பிறர்தர வாரா

நோதலும் தணிதலும் அவற்றோ ரன்ன

சாதலும் புதுவது அன்றே, வாழ்தல்

இனிதென மகிழ்ந்தன்றும் இலமே முனிவின் ...

கனியன் பூங்குன்றன், புறநானூறு – 19

தமிழர்களின் மேதைமையை தமிழ் மெய்யியல் ஒரு
குறிப்பிடத்தக்க வகையில் பிரதிபலிக்கிறது. இது
மிகவும் சிறந்தது மற்றும் நடைமுறைக்கு ஏற்றது,
அதே போல் எளிமையானது. இந்த எழுத்துக்கள்
தமிழ் மொழியின் நுட்பத்திற்கும்
முன்னேற்றத்திற்கும் சான்றாகும்.

கடைசி கல்விக் காலத்தில் பல தமிழ் இலக்கிய
நூல்கள் வெளியிடப்பட்டன. இக்காலகட்டத்தில் பல
மத நூல்களும் வெளியிடப்பட்டன. இருப்பினும்,
இலக்கியமும் மதபுத்தகங்களும் தத்துவப்
படைப்புகள் அல்ல, எனவே அவை இந்த தத்துவ
பகுப்பாய்வில் உள்ளடக்கப்படவில்லை. அந்த மத
நூல்களில், ஆசிரியர்கள் தார்மீகக் கொள்கைகளைக்
குறிப்பிடுகின்றனர். இவற்றை கட்டமைக்கப்பட்ட
தத்துவச் சிந்தனைகளாகக் கருத முடியாது.

தமிழ் இலக்கியம் பரந்து விரிந்துள்ளது. இவை அனைத்தையும் படிக்க உங்களுக்கு வாழ்நாள் முழுவதும் தேவைப்படலாம். இந்த இலக்கியங்களை தத்துவமாக எடுத்துக் கொள்வது அல்லது பின்னர் குறிப்பிடப்படும் தொல்காப்பியம் மற்றும் பிற தத்துவ நூல்களை இலக்கியமாக கருதுவது சரியல்ல. இந்த வகையாயான அணுகுமுறை தமிழரின் தத்துவத்தை குறைத்து மதிப்பிடுவதாகும். அதை இலக்கியமாகக் கருதுவது அதை தாழ்த்துவதாகும்.

திருவள்ளுவரின் மிக முக்கியமான நூலான 'திருக்குறள்' இந்த கடைசி சங்க காலத்தில் (கிமு 1000 முதல் கிபி 300 வரை) வெளியிடப்பட்டது. திருக்குறள் ஒரு தத்துவ நூல்: திருவள்ளுவர் முக்கியமாக பின்பற்ற வேண்டிய ஒழுக்க நெறிகளை வரையறுக்கிறார். பௌதிக மற்றும் மகிழ்ச்சியான மனித வாழ்க்கையை நடத்துவதற்கு அவசியமான சுருக்கமான எழுதப்பட்ட தார்மீகக் கொள்கைகளைக் கொண்ட ஒரு அறிவார்ந்த படைப்பு. திருக்குறள் முக்கியமாக ஒழுக்க நெறிகளை வலியுறுத்துகிறது, ஆனால் இது சமூக மற்றும் அரசியல் தத்துவம் மற்றும் அறிவின் அகநிலை மற்றும் புறநிலை அம்சங்களையும் உள்ளடக்கியது.

திருக்குறள் மூன்று பகுதிகளாக பகுக்கப்பட்டுள்ளது. இந்த திருக்குறள் நூலில் மொத்தம் 133 அத்தியாயங்கள் உள்ளன. ஒவ்வொரு அத்தியாயமும் பத்து குறள்களை கொண்டுள்ளது. ஒவ்வொரு குறளும் ஏழு சொற்களை மட்டுமே பயன்படுத்தி எழுதப்பட்டுளது. இவை மிகவும் சுருக்கமான தத்துவ எழுத்துக்கள், கண்டிப்பாக இலக்கியம் அல்ல. மகிழ்ச்சியான, அமைதியான வாழ்க்கைக்குத் தேவையான அறநெறிக் கொள்கைகளை திருவள்ளுவர் தைரியமாக வரையறுக்கிறார்.

பகுதி I – முக்கியமாக அத்தியாவசியமான ஒழுக்கக் கோட்பாடுகளைக் கையாள்கிறது (அதிகாரங்கள் 1-38)

பகுதி II– பௌதிக உலகின் புத்தகம், சுற்றுப்புறங்களைப் பற்றிய நற்பண்புகளைக் கையாள்கிறது (அதிகாரங்கள் 39-108)

பகுதி III – காதல் புத்தகம், தாம்பத்திய மனித அன்பில் சம்பந்தப்பட்ட நெறிமுறைகளைக் கையாள்கிறது (அதிகாரங்கள் 109–33)

திருவள்ளுவரின் எழுதப்பட்ட ஒழுக்க நெறிகள் அவரைப் பின்பற்றுபவர்களை உயர்ந்த ஒழுக்கநெறி, எளிய வாழ்க்கையை வாழ அனுமதித்தன,

கிரேக்க தத்துவவாதிகள், குறிப்பாக அரிஸ்டாட்டில், அறநெறிகளின் நடைமுறை பயன்பாடு இல்லாமல் 'மிகவும் அறிவார்ந்த' தலைப்புகளைப் பற்றி விவாதிப்பார்கள்.

திருவள்ளுவர் (கிமு 1000 - கிபி 300)

திருவள்ளுவரின் நடைமுறை ஒழுக்க நெறிகளில் பெரும்பாலானவை இன்றும் செல்லுபடியாகின்றன, மேலும் **அறிவார்ந்த வாழ்க்கையின் சாராம்சத்திற்கான அடித்தளத்தை உருவாக்குகின்றன.**

திருக்குறள் முக்கியமான அறநெறி தத்துவ நூல். திருக்குறள் இலக்கியப் படைப்பு அல்ல. இலக்கியம் புறநிலை யதார்த்தத்தின் ஐந்து முதல் பத்து சதவீதத்தை மட்டுமே பிரதிபலிக்கிறது, ஆனால் அறிவியலும் தத்துவமும் புறநிலை யதார்த்தத்தின் 100 சதவீதத்தைக் கூறுகின்றன. தமிழ் இலக்கியம் மிகவும் கற்பனையானது மற்றும் உணர்ச்சிபூர்வமான பிரச்சினைகளையும் முக்கியமாக அகநிலை விடயங்களையும் வெளிப்படுத்த அழகான தமிழ் மொழியைப் பயன்படுத்துகிறது.

திருவள்ளுவர் தன்னை நெறிப்படுத்திக் கொண்டு ஒவ்வொரு அத்தியாயத்திற்கும் மிகவும் சுருக்கமான இரண்டு வரிகளை எழுதினார். அவரது குறியீட்டின் பெரும்பகுதி சாதாரண மனித அறிவு மற்றும் சிந்தனை அணுகுமுறைக்கு அப்பாற்பட்டது. இவர் ஒரு புகழ்பெற்ற தமிழ் தத்துவஞானி ஆவார். திருவள்ளுவர் அறநெறிக் கொள்கைகளுக்கு கல்வி அத்தியாயத்தில் இருந்து எடுத்துக்காட்டாக ஒரு குறள் இங்கே தரப்பட்டுள்ளது.

கற்க கசடறக் கற்பவை கற்றபின்
நிற்க அதற்குத் தக.

திருக்குறள் 2000 ஆண்டுகளுக்கு முன்பு எழுதப்பட்டது. ஒவ்வொரு தலைப்பிற்கும் பொருத்தமான சொற்களைப் பயன்படுத்தினார். விளக்க உரை இல்லாமல் அவரது பெரும்பாலான குறள்களை பின்பற்றுவது எளிது. திருவளுவர் 133 அத்தியாயங்களில் முறைமையாக வாழகைக்கு தேவையான அறிவுரைகளை வகுத்துள்ளார். திருவள்ளுவர் தலைப்புகளை மீண்டும் எழுத வேண்டிய அவசியமில்லை, இது தெளிவாக எழுதப்பட்ட அறநெறிமுறை தத்துவம்.

திருவள்ளுவர் காலத்தில் அறநெறிக் கோட்பாடுகள் சக பெண் எழுத்தாளரும் தத்துவஞானியுமான ஔவையாரால் எழுதப்பட்டன. அவர் பல பயனுள்ள தலைப்பில் நூல்களை எழுதியுள்ளார்.

ஔவையார் (கிமு 1000 - கிபி 300)

சிறு குழந்தைகளின் மனதையும் நடத்தையையும் ஒழுங்குபடுத்துவதற்கு கற்பிப்பதற்கு அவரது தார்மீக எளிமையான எழுத்துக்கள் இன்றும் செல்லுபடியாகும். உதாரணமாக அவரது ஆத்திசூடி நூலிருந்து

அறம் செய்ய விரும்பு!

இக்காலகட்டத்தில் அறநெறிகள் பற்றி மேலும் 16 தமிழ் நூல்கள் வெளியிடப்பட்டன.

அத்தியாயம் 3

கிரேக்கரின் தத்துவம்

பண்டைய கிரேக்க தத்துவம் கிமு 6 ஆம் நூற்றாண்டில் தோன்றியது. மற்றும் பண்டைய கிரேக்கம் ரோமானிய பேரரசின் ஒரு பகுதியாக இருந்த காலம் முழுவதும் தொடர்ந்து பரிணமித்த கிரேக்கர்களின் சிந்தனைகள் கணிதம், நெறிமுறைகள், அரசியல் தத்துவம், மெய் இயற்பியல், வானியல், தர்க்கவியல், உயிரியல் மற்றும் அழகியல் உள்ளிட்ட பல்வேறு பாடங்களை உள்ளடக்கியது.

'தத்துவம்' என்ற சொல் கிரேக்க மொழியில் இருந்து தோன்றியது, மற்றும் மேற்கத்திய தத்துவ சிந்தனைக்கு அடிப்படையாக அமைந்தது. சாக்ரடீஸ், பிளேட்டோ மற்றும் அரிஸ்டாட்டில் ஆகிய மூன்று பெரிய கிரேக்க தத்துவஞானிகள் கிரேக்க தத்துவ சிந்தனையின் சிறந்த அறிவார்ந்த முன்னேற்றத்திற்கு பங்களித்தனர் என்பது குறிப்பிடத்தக்கது. அவர்கள் கருத்தியல் தத்துவத்தில் கவனம் செலுத்தினர், ஆரம்பத்தில் தங்கள் மன்றத்திலும் பின்னர் தங்கள் சிறிய "அகாடமியிலும்" தங்கள் அறிவைப் பரிமாறிக் கொண்டனர்.

கிரேக்க தத்துவ சிந்தனை கணித வளர்ச்சிக்கு பெரிதும் பங்களித்தது. பல மதிப்புக்குரிய கிரேக்க கணிதவியலாளர்கள் கணித தேற்றங்களை உருவாக்கினர், குறிப்பாக பைத்தகோரஸ்.

கிரேக்கர்கள் முறையாக தத்துவத்தை தங்கள் மிக உயர்ந்த துறையாக வளர்த்தாலும், அவர்களின் ஆக்கபூர்வமான தத்துவ சிந்தனை பயன்பாட்டு கணிதம் மற்றும் பொறியியல் பாடங்களை தனித்தனி துறைகளாக வளர்ப்பதற்கு மிகவும் பங்களித்தது.

25

தமிழ் தத்துவ சிந்தனைகள் கணிதம் மற்றும் அறிவியலையும் வழிநடத்தியது. தமிழர்கள் பல்வேறு துறைகளில் 64 கலைகளை (திறன்கள்) வளர்த்தனர். துரதிர்ஷ்டவசமாக, அவர்களின் தத்துவ சிந்தனைகள் 'சமஸ்கிருதம்' மற்றும் கடவுளின் மதங்களால் கடன் வாங்கப்பட்டது. தமிழரின் தத்துவம் பெரிதும் கீழறுக்கப்பட்டு, வேண்டுமென்றே இலக்கியமாக கருதப்பட்டது. தமிழர்களின் தத்துவச் சிந்தனைகள் என்பது தத்துவமாக நிறுவப்படுவதை வேண்டுமென்றே அனுமதிக்கவில்லை. தமிழரின் சிந்தனையாளர்களில் பிரபலமான தத்துவச் சிந்தனைகள் இந்து மத மேலாதிக்க சித்தாந்தத்தால் மறைக்கப்பட்டது.

மறுபுறம், கிரேக்கர்கள் தத்துவத்தை முதன்மையான கல்வித் துறையாக வரையறுத்தனர். டெமோக்ரிடஸ், சாக்ரடீஸ், பிளேட்டோ, அரிஸ்டாட்டில், பித்தகோரஸ் மற்றும் பலர் உட்பட கிரேக்க தத்துவத்திற்கு பங்களித்த பல கிரேக்க தத்துவவாதிகள் இருந்தனர்.

டெமோக்ரிட்டஸ் (கிமு 460–370)

இந்த பண்டைய கிரேக்க தத்துவஞானி, முதன்மையாக பிரபஞ்சத்தின் அணுக் கோட்பாட்டை உருவாக்கியதற்காக நினைவு கூரப்படுகிறார். சாக்ரடீஸ், பிளேட்டோ மற்றும் அரிஸ்டாட்டில் ஆகிய மூன்று கிரேக்க தத்துவவாதிகளால் இவர் மறைக்கப்பட்டார்.

பிரபஞ்சம் எல்லா இடங்களிலும் ஒரே மாதிரியான துகள்களிலிருந்து உருவானது. அவை அழிக்க முடியாதவை மற்றும் இயக்கம் கொண்டவை என்று அவர் கூறினார்

சாக்ரடீஸ் (கிமு 469/470–399)

இவர் ஒரு கிரேக்க தத்துவவாதி மற்றும் மேற்கத்திய தத்துவத்தின் தந்தை என்று மதிக்கப்படுகிறார். இவர் தனது சிந்தனையை ஒரு எழுதப்பட்ட புத்தகமாக கட்டமைக்கவில்லை என்றாலும், அவரது உரையாடலைக் கேட்ட பல பின்தொடர்பவர்கள் அவருக்கு இருந்தனர். அந்த நேரத்தில், அவர் கலகக்காரராக இருந்தார் மற்றும் அப்போதுள்ள ஆட்சியாளர்களிடம் கேள்விகளை எழுப்பினார், இறுதியாக அவர்களின் கைகளால் மரணத்தை எதிர்கொண்டார். அந்த நேரத்தில் அவர் ஒரு தீவிர சிந்தனையாளராக இருந்தார் மற்றும் தத்துவ கருத்தியல் சிந்தனையை தனது மாணவர்களுக்கு கற்பித்தார். தத்துவஞானி பிளேட்டோ அவரது மிகவும் பிரபலமான மாணவராக இருந்தார்.

பிளேட்டோ ஒரு புகழ்பெற்ற கிரேக்க தத்துவவாதியாகக் கருதப்படுகிறார், அவரது உரையாடல்களுக்காகவும், ஏதென்ஸின் வடக்கில் தனது அகாடமியை நிறுவியதற்காகவும்

அறியப்படுகிறார், இது பாரம்பரியமாக மேற்கத்திய உலகின் முதல் பல்கலைக்கழகமாகக் கருதப்படுகிறது.

குடியரசு எனும் நூல் கிமு 380 இல் பிளேட்டோவால் எழுதப்பட்ட சாக்ரடிஸ் உரையாடல் ஆகும். இது நீதி, நீதியான நகர அரசின் ஒழுங்கு தன்மை, மற்றும் நீதியான மனிதன் சம்பந்தப்பட்டது.

இது பிளேட்டோவின் நன்கு அறியப்பட்ட படைப்பு மற்றும் அறிவார்ந்த வரலாற்று ரீதியாக தத்துவம் மற்றும் அரசியல் கோட்பாட்டில் உலகின் மிகவும் செல்வாக்கு மிக்க படைப்புகளில் ஒன்றாக நிரூபிக்கப்பட்டுள்ளது.

பிளேட்டோ (கிமு 428/427–348/347)

28

அரிஸ்டாட்டில் (கிமு 384–322)

அரிஸ்டாட்டில் பிளேட்டோவின் மாணவர். அவர் ஒரு முக்கிய கிரேக்க தத்துவவாதி மற்றும் விஞ்ஞானி, மேலும் மேற்கத்திய வரலாற்றின் மிகப்பெரிய அறிவுஜீவிகளில் ஒருவர் ஆவர்.

இவர் ஒரு தத்துவ மற்றும் அறிவியல் அமைப்பை உருவாக்கியவர், இவரின் சிந்தனைகள் கிறிஸ்தவ கல்வியியல் மற்றும் இடைக்கால இஸ்லாம் இரண்டின் கட்டமைப்பாகவும் மாறியது.

அரிஸ்டாட்டிலின் அறிவுசார் வரம்பு பரந்ததாக இருந்தது, பெரும்பாலான அறிவியல்களையும் பல கலைகளையும் உள்ளடக்கியது. இவர் உயிரியல்,

தாவரவியல், வேதியியல், நெறிமுறைகள், வரலாறு, தர்க்கம், அறிவியலின் தத்துவம், இயற்பியல், அரசியல் கோட்பாடு மற்றும் உளவியல் ஆகியவற்றை உள்ளடக்கியது. அவர் முறையான தர்க்கவியலை நிறுவியவர். 19 ஆம் நூற்றாண்டு வரை அவரது சில படைப்புகள் பல்கலைகழ்கங்களில் கற்ப்பிக்கப்பட்டு வந்துள்ளது. கோட்பாட்டு விலங்கியலின் ஆய்வில் அவர் முன்னோடியாக இருந்தார்.

அரிஸ்டாட்டில், நிச்சயமாக, அவரது காலத்தின் மிகச் சிறந்த தத்துவவாதி ஆவார். அறநெறி, அரசியல் கோட்பாடு, இயற்பியல் மற்றும் அறிவியலின் தத்துவம் ஆகியவற்றில் அவரது எழுத்துக்கள் தொடர்ந்து ஆய்வு செய்யப்படுகின்றன, மேலும் அவரது சிந்தனைகள் சமகால தத்துவ விவாதங்களில் சக்திவாய்ந்ததாக உள்ளது.

இந்த கிரேக்க தத்துவவாதிகள் அறிவியல் ஆய்வுகள் மற்றும் தொழில்நுட்ப முன்னேற்றத்திற்கான அனுபவ முறைகளை வரையறுத்தனர். அரிஸ்டாட்டிலின் தத்துவம், குறிப்பாக நன்னெறிகள், மிகவும் அறிவார்ந்த மற்றும் கருத்தியல் பகுப்பாய்வை உள்ளடக்கியது. தமிழ் தத்துவஞானியான திருவள்ளுவரைப் போலல்லாமல், அவர் பின்பற்ற வேண்டிய எந்த தார்மீகக் கொள்கைகளையும் எழுதவில்லை: அவர் வெறுமனே நெறிமுறைகளையும் மகிழ்ச்சியையும் வரையறுத்தார்.

நீங்கள் ஒரு அறிவார்ந்த நபராக இருந்தால், நீங்கள் சரியான நல்லொழுக்கத்தையும் நெறிமுறைகளையும் கடைப்பிடிப்பீர்கள் என்று அவர் வாதிட்டார். அவரது சிந்தனை இன்றும் செல்வாக்கு செலுத்துகிறது. அவரது தத்துவ வழிகாட்டுதல் மேற்கத்திய நாடுகளின் அறிவியல் மற்றும் தொழில்நுட்ப முன்னேற்றத்திற்கு ஒரு பாதையை வழங்கியது,

மேலும் அவரது சிறந்த பங்களிப்பு உலகம் முழுவதும் தற்போதைய கல்வி முறையின் வளர்ச்சியில் தாக்கத்தை ஏற்படுத்தியது.

பைதகோரஸ் (கி.மு 570–490)

பைதகோரஸ் ஒரு புகழ்பெற்ற தத்துவவாதி மற்றும் கணிதவியலாளர் ஆவார். இவரது பைத்தகோரியன் தேற்றம் ஒரு வலது கோண முக்கோணத்தின் மூன்று பக்கங்களுக்கு இடையிலான உறவை விளக்குகிறது. அவர் கிரேக்க தத்துவத்தின் கணித உயர்வை மேம்படுத்தி கணித தேற்றங்களை நிரூபித்தார்.

அத்தியாயம் 4

தத்துவச் சிந்தனைகளின் வீழ்ச்சி

மனித வரலாற்றில், மனிதர்கள் தங்களுக்குள் கருத்துக்களை வெளிப்படுத்த ஒரு சரியான மொழியை உருவாக்க ஆயிரக்கணக்கான ஆண்டுகள் ஆனது. மொழிகள் எழுத்து வடிவத்திற்கு முன்னேறிய பின்பு, மனிதர்கள் தங்களுக்குள் எழுத்தில் கருத்துக்களை பரிமாறிக் கொள்ளத் தொடங்கினர். தமிழ் மொழி உலகின் முதல் மொழியாக முதல் தமிழ் சங்க காலத்தில் உருவானது. அதனைத் தொடர்ந்து, தமிழர்கள் 64 வகையான திறன்கள் மூலம் வாழ்க்கையின் அனைத்து பண்புகளையும் உள்ளடக்கிய ஒரு முறைமையை உருவாக்கினர். தமிழர்களின் தத்துவம் அறவியல் மீது அதிக கவனம் செலுத்துயது.

தமிழ் மற்றும் கிரேக்க தத்துவச் சிந்தனைகளின் வீழ்ச்சியானது, கடவுள் அடிப்படையிலான மதங்களின் மீதான நம்பிக்கையின் எழுச்சியின் காரணமாக ஒரே காலகட்டத்தில் ஏற்பட்டது என்பது நம்பத்தகுந்தது.

தமிழ் தத்துவச் சிந்தனையின் வீழ்ச்சியும் மதங்களின் எழுச்சியும்

ஆரியர்கள் இந்தியாவின் மீது படையெடுத்த பின்னர் பல்வேறு வகையான கடவுள் (கடவுளை அடிப்படையாகக் கொண்ட) மதங்கள் உருவாகின, இது தமிழ் தத்துவ சிந்தனையின் வீழ்ச்சியைத் தூண்டியது மற்றும் தமிழர்களின் 64 திறன்கள்

வடிவங்களை அழித்தது. தமிழ் சித்தர்களின் ஏழாம் அறிவு முறைமையும், அறிவின் கூடுதல்

பரிமாணங்களும் அழிக்கப்பட்டு, அவர்களின் பாரம்பரிய போதனைகள் ஒழிக்கப்பட்டன.

தங்களை பூசாரிகள் என்று அழைத்துக் கொண்ட ஆரியர்களின் குழு, தங்களை கடவுளின் பிரதிநிதிகள் என்று உயர்த்திக் கொள்வதன் மூலம் சமூகத்தில் ஆதிக்கம் செலுத்தியது. அவர்கள் தமிழிலிருந்து சமஸ்கிருதம் என்ற மொழியை உருவாக்கி அதை கடவுளின் புனித மொழியாக அறிவித்தனர். அவர்கள் கடவுள் நம்பிக்கைகளை தமிழர்கள் மத்தியில் பரப்பினர்.

வரலாற்று ரீதியாக, ஆரிய பூசாரிகள் இந்தியாவில் ஆதிக்கம் செலுத்தத் தொடங்கும் வரை சிவன் சின்னம் மற்றும் இயற்கை தொடர்பான பிற சின்னங்கள் தமிழர்களால் வணங்கப்பட்டு வந்தன. ஆரியர்கள் இந்தியாவுக்கு வருவதற்கு முன்பு தமிழ் நாட்டில் கடவுளை அடிப்படையாகக் கொண்ட மதம் இல்லை. கடவுளோ, தேவியோ இல்லை.

ஆரம்பத்தில், தமிழர்கள் சைவம் என்று அழைக்கப்படும் தங்கள் சொந்த மதத்தைக் கொண்டிருந்தனர், இது சிவபெருமானை மட்டுமே வணங்கியது, ஏனெனில் அவரது உயர்ந்த உணர்வு நிலை. சிவபெருமான் ஒரு கடவுளாக பின்பற்றப்படவில்லை. அவர் ஒருபோதும் தன்னை கடவுளாக அறிவிக்கவில்லை. தென்னிந்தியாவில் தமிழ்நாட்டில் சமீபத்தில் நடந்த அகழ்வாராய்ச்சிகளில் கூட சிவன் வழிபாடு சின்னங்களுக்கு எந்த தொல்பொருள் ஆதாரமும் இல்லை.

ஆரிய மதகுருமார்களால் இந்து (பல்வேறு மதங்களுக்கு பொதுவான ஆங்கில பெயர்) மதத்தை உருவாக்க சமஸ்கிருதம் ஒரு புனித மொழியாக உருவாக்கப்பட்டது. வேதங்கள் (அறிவியல்) என்று அழைக்கப்படும் தமிழ் கண்டுபிடிப்புகள் சமஸ்கிருதத்தில் மீண்டும் எழுதப்பட்டன. ஆரியக் குடியேற்றக்காரர்களிடையே, தங்களை பூசாரிகள்

என்று அழைத்துக் கொண்ட ஒரு குழு, ஒரு படிநிலை சமூகத்தை உருவாக்கி, அதில் அவர்கள் கடவுளுக்கு அடுத்த நிலைக்கு தங்களை உயர்த்திக் கொண்டனர், தமிழ் மக்களை சுரண்டத் தொடங்கினர். மக்களை முட்டாளாக்கவும் பயப்படுத்தவும் கடவுளைப் பற்றி புனைகதைகள், கட்டுக்கதைகள் மற்றும் நம்பத்தகாத காவியங்கள் எழுதப்பட்டன. கடவுளுடைய பிரதிநிதியாக இந்த ஆசாரியர்களைப் பின்பற்றுவதில் மக்கள் மயக்கப்பட்டனர். சமூகத்தை பிளவுபடுத்தவும் திறம்பட ஆட்சி செய்யவும் ஆட்சியாளர்களால் மதம் பயன்படுத்தப்பட்டது. இந்து மதம் என்று அழைக்கப்படுவது ஆன்மீகத்தை ஆதரித்தது மற்றும் ஆட்சியாளர்களுக்குக் கீழ்ப்படியுமாறு மக்களை நம்ப வைப்பதற்காக மக்களிடையே கல்வியறிவின்மையையும் அறியாமையையும் பரப்பியது. இந்து மதத்தை வளர்க்க சிவபெருமான் கடவுளாகப் பயன்படுத்தப்பட்டார். இந்து மதம் சைவம், வைணவம் மற்றும் பல கடவுள் அடிப்படையிலான நம்பிக்கைகள் உட்பட பல மதங்களின் பொதுவான அடித்தளத்தை உருவாக்கியது.

மத நூல்களை எழுத மக்கள் ஊக்குவிக்கப்பட்டனர், ஆசிரியர்கள் பூசாரிகளாலும் ஆட்சியாளர்களாலும் பாராட்டப்பட்டனர். அவர்கள் கடவுளுடைய மதத்தைப் பரவலாகப் பரப்பத் தொடங்கினர். மக்கள் கடவுளின் மதத்திற்கு தங்களை அடிபணியத் தொடங்கினர் மற்றும் தங்கள் சொந்த சிந்தனையை இழந்தனர். தமிழ் மக்கள் மத நூல்களைப் படிக்க ஊக்குவிக்கப்பட்டனர், பூசாரிகள் மறை-ஞானத்தையும் விஞ்ஞானமற்ற கூற்றுக்களையும் ஆதரித்தனர். தமிழ் தத்துவச் சிந்தனைகள் வீழ்ச்சியடைந்தன, மக்கள் மதக் கோட்பாடுகளுக்கு அடிபணிந்து தங்கள் படைப்பாற்றல் சிந்தனைத் திறனை இழந்தனர்.

மதங்கள் ஆதிக்கம் செலுத்தும் நிறுவனமாக மாறி மக்களின் வாழ்க்கையில் செல்வாக்கு செலுத்தின. தமிழ் மக்கள் சமஸ்கிருதக் கடவுள்களின் பெயரால் அழைக்கப்பட்டனர். 'ஆயிரக்கணக்கான கடவுள்கள்' என்ற கதை உருவாக்கப்பட்டு, இந்து மதத்தை வளர்க்க கோயில்கள் கட்டப்பட்டன. வாழ்க்கையின் ஒவ்வொரு பகுதியிலும் பூசாரிகள் ஆதிக்கம் செலுத்தினர். அவர்கள் சமஸ்கிருதத்தில் சடங்குகளை நடத்தத் தொடங்கினர், தமிழுடன் எந்த அர்த்தமும் அல்லது தொடர்பும் இல்லாமல். ஓரளவு வளர்ந்த சமஸ்கிருத மொழியின் ஒரு வார்த்தையை கூட மக்களால் புரிந்து கொள்ள முடியவில்லை.

தமிழர்களால் கோயில்கள் கட்டப்பட்டன. இருப்பினும், அவர்கள் அடிமைகள் மற்றும் கீழ் சாதியரைப் போல நடத்தப்பட்டனர், மேலும் கோயில்களுக்குள் நுழைய தடை விதிக்கப்பட்டனர். மதகுருமார்கள் கோயில்களின் மேலாளர்களாக ஆனார்கள். நிலப்பிரபுத்துவ நிலப்பிரபுக்களும் ஆட்சியாளர்களும் புரோகிதர்களை உயர் வகுப்பினராக கருதி மக்களை அடிமைப்படுத்த அனுமதித்தனர். இந்த நிலை பல நூற்றாண்டுகளாக தொடர்ந்தது. சமக்கிருதச் சொற்களைப் பயன்படுத்தி தமிழர் நிலத்தைச் சிதைக்க மக்களை ஊக்குவித்ததன் மூலம் தமிழர் தேசம் தந்திரமாக சிறிய தேசங்களாகப் பிரிக்கப்பட்டது. இதன் விளைவாக, தமிழர்கள் தங்கள் பரந்த தேசத்தை இழந்து இந்தசிறிய அரசுகளுக்கு அடிபணிய வேண்டியிருந்தது. தமிழர்கள் தமது தத்துவச் சிந்தனையையும் புத்திஜீவித வளர்ச்சியையும் முற்றிலுமாக இழந்தனர்.

கிரேக்க தத்துவச் சிந்தனையின் வீழ்ச்சியும் மதங்களின் எழுச்சியும்

சூரியக் கடவுள்களை வழிபடுவது போன்ற கிரேக்க மற்றும் எகிப்திய பழங்கால மதங்கள் முதலில்

கிறிஸ்தவத்தாலும் பின்னர் இஸ்லாமாலும் மாற்றப்பட்டன. அடிப்படையில், அரிஸ்டாட்டிலின் நெறிமுறைகள் கிறிஸ்தவத்தையும் இஸ்லாமையும் கட்டியெழுப்பப் பயன்படுத்தப்பட்டன. மரபுவழி கிறித்தவம் கிரேக்கம் முழுவதும் பரவியது, கிரேக்கர்களின் வலிமையான தத்துவ சிந்தனை முற்றிலுமாக வீழ்ச்சியடைந்தது.

கடந்த 2000 வருட மனித வரலாற்றில், எல்லா பேரரசுகளும் மக்களை ஆள கடவுளுடைய மதங்களைப் பயன்படுத்தியுள்ளன. ஐரோப்பாவில், அவர்கள் கிறிஸ்தவ மதத்தை உருவாக்கி, நிலங்களைக் கைப்பற்றினர். மக்கள் ஏழைகளாகி கிறிஸ்தவ பாதிரிகளின் கீழ் துன்பப்பட்டனர். இடைக்காலத்தில் ஐரோப்பிய மக்களில் மூன்றில் ஒரு பகுதியினர் வறுமை மற்றும் பட்டினியால் இறந்தனர்.

கிறிஸ்தவ தேவாலயங்கள் நிலங்களைச் சொந்தமாக வைத்திருந்தன மற்றும் அரசியல் சக்திகளின் மீது பெரிதும் செல்வாக்கு செலுத்தின. மக்களின் வாழ்க்கையின் அனைத்து நிகழ்வுகளிலும் பல்வேறு வகையான மதங்கள் ஆதிக்கம் செலுத்தும் நிறுவனங்களாக மாறின. கிறித்தவம் மக்களிடையே எழுத்தறிவின்மையையும் முட்டாள்தனத்தையும் பரப்பியது. மதக் கடவுள்களை நம்ப வைப்பதற்காக அவர்களுக்கு மீண்டும் மீண்டும் மதக் கதைகள் கற்பிக்கப்பட்டன, இது ஆட்சியாளர்களுக்கு வாழ்க்கையை எளிதாக்குவதற்காக அவர்களை ஒரு படிப்பறிவற்ற, அறியாமை வெகுஜனமாக வைத்திருந்தது. பல நூற்றாண்டுகளாக, இந்த மத பிடிவாதத்தின் ஆதிக்கத்தின் கீழ், மக்கள் ஏழைகளாகவும் பின்தங்கியவர்களாகவும் மாறினர், மேலும் வறுமை மற்றும் பட்டினிக்கு ஆளானார்கள். மதப் போர்களால் கோடிக் கணக்கான மக்கள் இறந்தனர்.

கடவுள்தான் எல்லாம் என்று எல்லா மதங்களாலும் மக்களுக்குக் கற்பிக்கப்பட்டது, மேலும் தங்களை கடவுளிடம் சரணடைய ஊக்குவிக்கப்பட்டது. ஒரு கடவுளின் அச்சுறுத்தலைப் பயன்படுத்தி ஆட்சியாளர்கள் மக்களை எவ்வாறு அடிமைப்படுத்த முடியும் என்பது குறித்த சில சிந்தனைகளைத் தவிர வேறு எந்த ஒழுக்கமும் கற்பிக்கப்படவில்லை. இது 20 ஆம் நூற்றாண்டின் இறுதி வரை நடந்தது. கடவுளுடைய மதங்கள் ஆதிக்கம் செலுத்தும் சமூக நிறுவனமாக மாறி, மக்களின் பாரம்பரியங்கள் மற்றும் கலாச்சாரங்களில் செல்வாக்கு செலுத்துகின்றன.

அவர்களின் வாழ்க்கை நிகழ்வுகள் அனைத்தும் ஏதேனும் ஒரு வகையான மத நிறுவனத்திற்குள் ஒருங்கிணைக்கப்பட்டன. கடவுள் சார்ந்த மத நிறுவனங்கள் இன்னும் நம்பமுடியாத அளவிற்கு சக்திவாய்ந்தவை, ஆனால் தொழில்மயமாக்கல் மற்றும் அறிவியல் முன்னேற்றம் காரணமாக அவை குறைந்து வருகின்றன.

அத்தியாயம் 5

அறிவியல் மற்றும் தொழில்நுட்பத்தின் முன்னேற்றம்

இங்கிலாந்தில் 17 ஆம் நூற்றாண்டில் தொழிற்புரட்சி தொடங்கியது. ஆரம்பத்தில், மனிதர்களின் உடலுழைப்பை மாற்றவும், தொழிற்சாலைகளில் உற்பத்தியை அதிகரிக்கவும் கனரக இயந்திரங்கள் படிப்படியாக அறிமுகப்படுத்தப்பட்டன.

இந்த தொழில்மயமாதலின் மூலம் பெறப்பட்ட அனுபவம், உற்பத்தியைப் பெருக்குவதற்குத் தொழில்நுட்பங்களைப் பயன்படுத்துவதற்கு அறிவியல் அறிவை மக்களுக்குக் கற்பிக்க உதவியது, அதைத் தொடர்ந்து ஏற்பட்ட மாற்றம் படித்த வெகுஜனங்களை உருவாக்கி நகரமயமாக்கலுக்கு வழிவகுத்தது.

இங்கிலாந்தில் பெரும் தொழில்மயமாதலின் இந்த காலகட்டத்தில், மக்கள் கிராமப்புறங்களிலிருந்து 'பர்மிங்காம்' மற்றும் 'மான்செஸ்டர்' போன்ற தொழில் மயமாக்கப்பட்ட புதிய நகரங்களுக்கு குடிபெயர்ந்தனர்.

'லண்டன்' விரிவடைந்து ஒரு பணக்கார மாநகரமாக மாறியது மற்றும் ஏற்றுமதிக்கான அதன் உற்பத்தி மட்டங்களை பரந்தளவில் அதிகரித்தது.

தொழில்மயமாதலின் இந்த நிகழ்ச்சிப்போக்கு, நிலவிய நிலப்பிரபுத்துவப் பொருளாதார அமைப்பை முதலாளித்துவப் பொருளாதாரமாக மாற்றியது. வேளாண்மை உட்பட ஒவ்வொரு துறையிலும் தொழிற்புரட்சி ஏற்பட்டது.

கனரக இயந்திரங்களைப் பயன்படுத்தி தொழிற்புரட்சி

கனரக இயந்திரங்களில் பல புதிய தொழில்நுட்பங்கள் அறிமுகப்படுத்தப்பட்டன, மேலும் சிறிய அளவிலான இயந்திரங்களுக்கும் பயன்படுத்தப்பட்டன. விவசாயத்தில், முன்னர் நம்பியிருந்த விவசாயத் தொழிலாளர்களுக்கு பதிலாக இயந்திரங்கள் இருந்தன, இதன் விளைவாக, பண்ணைத் தொழிலாளர்கள் நகரத்தில் உள்ள தொழில்துறை தொழிலாளர்களுடன் இணைந்தனர். தொழிற்புரட்சி என்றழைக்கப்படுவது மேற்கு ஐரோப்பாவையும் அமெரிக்காவையும் புயலில் ஆழ்த்தியது, மேலும் உலக சந்தைக்கான உற்பத்தியை அதிகரிக்க மேலும் மேலும் புதிய வகையான இயந்திரங்கள் அறிமுகப்படுத்தப்பட்டன.

பொருளாதாரத்தின் அனைத்து துறைகளிலும் இயந்திரங்களை செயல்படுத்தக்கூடிய அளவுக்கு விஞ்ஞானமும் தொழில்நுட்பமும் முன்னேறியது. இதற்கு ஒரு முக்கிய எடுத்துக்காட்டு போக்குவரத்துத் துறை: நீராவி இயந்திரங்கள் அறிமுகப்படுத்தப்பட்டபோது ரயில் 'நெட்வொர்க்' பெரிதும் மேம்படுத்தப்பட்டது, இறுதியில் தளவாடங்களை மேம்படுத்த புதிய போக்குவரத்து இயந்திரங்கள் 'லாரிகள்' அறிமுகப்படுத்தப்பட்டன.

மதங்களின் வீழ்ச்சி

அறிவியல் மற்றும் தொழில்நுட்பத்தின் முன்னேற்றம் கடவுளை அடிப்படையாகக் கொண்ட அனைத்து மதங்களின் வீழ்ச்சிக்கு காரணமாக அமைந்தது, ஏனெனில் தொழில்துறை புரட்சி இந்த நம்பிக்கைகள் மிகவும் ஆதிக்கம் செலுத்திய மேற்கத்திய நாடுகளில் அறிவியல் மற்றும் தொழில்நுட்பத்தின் ஆதிக்கத்தை உறுதிப்படுத்தியது. இந்த செயல்முறை ஐரோப்பாவிலும் அமெரிக்காவிலும் தொடங்கியது, தொழில்மயமாக்கல் சீனாவிலும் இந்தியாவிலும் மதத்தின் மீது இதேபோன்ற தாக்கத்தை ஏற்படுத்தியது.

சுருக்கமாகச் சொன்னால், மனிதர்களின் தொழில்நுட்ப முன்னேற்றம் மக்கள் தங்கள் அறிவியல் அறிவை மேம்படுத்தவும், அவர்களின் நம்பிக்கைகள் மற்றும் அறியாமையை ஒழிக்கவும் செல்வாக்கு செலுத்தியது. மக்கள் தங்கள் மத நம்பிக்கைகள் மற்றும் பின்தங்கிய நிலையிலிருந்து விலகிச் செல்லும் அளவுக்கு கல்வி கற்றவர்களாகவும், அறிவுள்ளவர்களாகவும் மாறி வருவதால், இது மத மேலாதிக்கத்தின் வீழ்ச்சிக்கு வழிவகுத்துள்ளது மற்றும் மத பிடிவாதத்தை பின் தள்ளி இருக்கிறது. மத விழாக்களில் பங்கேற்க மக்கள் தயங்குகிறார்கள். இன்று, தகவல் புரட்சி இந்த அப்பட்டமான மத சுரண்டலுக்கு முற்றுப்புள்ளி வைத்துள்ளது. தகவல் தொடர்பு தொழில்நுட்பத்தில்

ஏற்பட்டுள்ள புரட்சி உலகம் முழுவதும் பழைய மத நம்பிக்கைகளின் இடத்தை ஆக்கிரமித்துள்ளது.

ஒழுக்கத்தின் வீழ்ச்சி

20 ஆம் நூற்றாண்டின் பிற்பகுதியில் ஏற்பட்ட தகவல் தொழில்நுட்ப (ஐடி) புரட்சி உலகெங்கிலும் உள்ள பலரை இணையத்தைப் பயன்படுத்தி தங்களுக்குத் தேவையான எந்தவொரு தகவலையும் அணுக அனுமதித்தது. இது தகவல்களை பரிமாறிக்கொள்ள மக்களை ஒருவருக்கொருவர் நெருக்கமாகக் கொண்டுவருகிறது மற்றும் புத்திசாலித்தனமான வாழ்க்கையை வாழ உதவுகிறது.

இந்த தகவல் தொழில்நுட்பப் புரட்சி மக்களிடையே அனைத்துத் துறைகளையும் பற்றிய பரந்த பொது அறிவுக்கு வழிவகுத்துள்ளது, ஆனால் தெளிவு இல்லை. பொது அறிவு குறிப்பிட்டதல்ல மற்றும் ஆபத்தானது. இது சமூக உளவியலைப் பொறுத்தவரை, இது மக்களிடையே அகங்காரத்தையும் அராஜகத்தையும் உருவாக்குகிறது, இது ஒழுக்கத்தின் பரவலான வீழ்ச்சிக்கு வழிவகுக்கும். மக்கள் தங்கள் புத்திசாலித்தனமான வாழ்க்கையில் தார்மீகக் கொள்கைகளைப் பயன்படுத்துவதற்கான திறனைக் கொண்டிருக்கவில்லை, அல்லது இதில் ஆர்வம் இல்லை, ஒப்பீட்டளவில், அவர்கள் ஜட வாழ்க்கையின் மிக உயர்ந்த வடிவத்தை வழிநடத்தினாலும், அவர்கள் மகிழ்ச்சியாக இல்லை: அவர்கள் அமைதியற்றவர்கள். மிக முக்கியமாக, மனிதர்கள் தங்கள் வாழ்க்கையின் சாராம்சத்தை மறந்துவிடுகிறார்கள்.

மக்கள் வாழ்க்கையில் குறைந்த மதிப்புகளைக் கடைப்பிடிக்கிறார்கள், மேலும் இன்பத்தைத் தேடும் நடவடிக்கைகளால் வலுவாக பாதிக்கப்படுகிறார்கள், இன்பத்தை தங்கள் குறுகிய பார்வை நோக்கமாக வலியுறுத்துகிறார்கள். பரவலான அதிகப்படியான குடிப்பழக்கம் மற்றும் குறுகிய கால இன்பத்தை தேடுபவர்கள் போதை மருந்துகளை உட்கொள்வது சமூகத்தை முற்றிலும் சோர்வடையச் செய்து

அனைத்து சமூக விதிமுறைகளையும் அழித்து, இறுதியில் மனித நாகரிகத்தை அழிக்கும்.

இணையம் மற்றும் சமூக ஊடக தளங்கள் போன்ற தகவல் தொழில்நுட்ப ஊடகங்களை தவறாகப் பயன்படுத்துவதால் ஒழுக்கத்தின் இந்த வீழ்ச்சி காரணமாக மனிதர்கள் சுய அழிவை நோக்கி செல்கின்றனர். மக்கள் தங்கள் பயன்பாட்டில் பொறுப்பாக இருக்க வேண்டும் மற்றும் சமூக ஊடகங்களில் ஒழுக்கக்கேடான விடயங்களை ஒளிபரப்பக்கூடாது என்பதில் உறுதியுடன் இருக்க வேண்டும். சமூகஊடகங்களை தவறாகப் பயன்படுத்துவது மக்களிடையே தவறான உணர்வை உருவாக்கக்கூடும்.

உண்மையில், அழகு என்பது தனிப்பட்ட மதிப்பு மதிப்பீட்டை அடிப்படையாகக் கொண்டது. உங்கள் சொந்த படங்களை நீங்கள் அதிகமாக வலியுறுத்தக்கூடாது மற்றும் கவலைகளை உருவாக்கக்கூடாது. இளம் குழந்தைகளின் ஒழுக்கத்தை அழிக்கக்கூடிய வயது வந்தவர்கள் ம்ட்டும் பார்க்க் கூடிய திரைப்படங்களையும் படங்களையும் ஒளிபரப்பாமல் இருக்க உங்களுக்கு தார்மீக பொறுப்பு உள்ளது. தொழில்நுட்பம் மனிதர்களை ஒரு புத்திசாலித்தனமான இனமாக மாற்றுகிறது. தகவல் புரட்சியில் சேராதவர்கள் பின்தங்கிய நிலைக்கு போய்விடுவார்கள்.

அத்தியாயம் 6

உயர் தொழில்நுட்ப உலகம் மற்றும் புத்திசாலித் தனமான வாழ்க்கை

நாம் 21 ஆம் நூற்றாண்டின் தொழில்நுட்ப உலகின் தொடக்கத்தில் வாழ்கிறோம். தொழில்நுட்பம் மேலும் முன்னேறும்போது, நாம் மிகவும் முன்னேறிய உலகில் வாழ்வோம், முன்னெப்போதையும் விட ஒருவருக்கொருவர் நெருக்கமாக இருப்போம். இணையம், மற்றும் கைதொலைபேசி தொழில்நுட்பம் இன்னும் சில ஆண்டுகளில் முழு உலக மக்களையும் இலவசமாக இணைக்கும். நாம் ஒரே இடத்தில் மனிதர்களாக பரிணமித்து உலகம் முழுவதும் பரவி வாழ்ந்தோம்; இப்போது நாம் மீண்டும் ஒன்றிணைந்து ஒரு உலக சமூகமாக வாழ்கிறோம்.

தேசிய எல்லைகள் குறையும். நாம் அனைவரும் விரைவில் ஒரே உலக குடிமக்களாக மாறுவோம். மக்கள் முடிந்தவரை மிகவும் வசதியான வாழ்க்கையை நடத்துவார்கள், இது ஆணவம் கொண்ட நபர்கள் ஒழுக்கக்கேடான வாழ்க்கையைத் தழுவ வழிவகுக்கும்.

மதம் என்பது ஒரு வாழ்க்கை முறையாக இருப்பதால், ஒரு உலக சமூகம் உலகளாவிய அளவில் அதன் உயர் தொழில்நுட்ப வாழ்க்கை முறைக்கு ஏற்ற ஒரு புதிய மதத்தை உருவாக்குவார்கள். வாழ்க்கையின் சாராம்சம் ஒரே மாதிரியாக இருப்பதால், மகிழ்ச்சியான வாழ்க்கையை வாழ மக்கள் தங்கள் முன்னோர்களிடமிருந்து வலுவான தார்மீகக் கொள்கைகளைப் பின்பற்ற வேண்டும்.

ஒரு உலக மொழி மற்றும் சில பழைய மொழிகள்

ஒரு உலக மொழி ஆதிக்கம் செலுத்துவதற்கான வலுவான வாய்ப்பு உள்ளது, மேலும் கிட்டத்தட்ட

முழு உலகிலும் உள்ள குடிமக்கள் இதைப் பேசுவார்கள். உலகெங்கிலும் உள்ள பிற மொழிகளிலிருந்து சில சொற்களைச் சேர்ப்பதன் மூலம், இது பெரும்பாலும் ஆங்கிலத்திலிருந்து வெளிவரும். அதே நேரத்தில், மக்கள் தங்கள் மனித பாரம்பரியத்தின் ஒரு பகுதியாக சில பழமையான மொழிகளை பராமரிப்பார்கள். இந்த பகுப்பாய்வின் கீழ், தமிழ், சீனம் மற்றும் ஒரு சில பிற மொழிகள் போன்ற பழமையான மொழிகள் மட்டுமே எதிர்காலத்தில் பேசப்படும்.

தகவல் தொடர்பு மற்றும் பயண வழிமுறைகள் எளிமைப்படுத்தப்படுவதால், மனிதகுலம் உலகம் முழுவதும் பயணம் செய்து எதிர்காலத்தில் இந்த ஒரு உலக மொழியைப் பேசுவார்கள். உலக குடிமக்களுக்கு இலவச பயணத்திற்கு எந்த கட்டுப்பாடுகளும் இருக்காது.

ஒரு உலக சமூகம் மற்றும் சில பாரம்பரிய சமூகங்கள்

உலக குடிமக்களாக, மக்கள் ஒரு பிராந்தியத்திலிருந்து மற்றொரு பிராந்தியத்திற்கு சுதந்திரமாகச் சென்று குடியேறி, அவர்கள் விரும்பும் எந்த இடத்திலும் எந்தவிதமான கட்டுப்பாடுகளும் இல்லாமல் அமைதியாகவும் மகிழ்ச்சியாகவும் வாழ்வார்கள். இந்த மாற்றம் ஏற்கனவே உலகம் முழுவதும் நடந்து வருகிறது. இந்த வழியில், வெவ்வேறு மக்கள் உலகின் உயர் தொழில்நுட்ப நகரங்களுக்கு குடிபெயர்ந்து ஒன்றாக வாழ்கின்றனர். தகவல் மற்றும் தொடர்பு தொழில்நுட்பம் உலக மக்களை மேலும் ஒருங்கிணைக்கும்.

மக்களின் அதிகரித்து வரும் ஒருங்கிணைப்பு மற்றும் உலகின் அனைத்து பகுதிகளுக்கும் பயணிக்கும் திறன் ஆகியவை வெவ்வேறு பிராந்தியங்களைச் சேர்ந்த மக்களை ஒன்றிணைத்து, ஒரே நீரோட்ட கலாச்சாரத்துடன் ஒரு பெரிய ஒருங்கிணைந்த உலக சமூகத்தை தடையின்றி உருவாக்க அனுமதிக்கும். இந்த பிரதான கலாச்சாரம் அனைத்து உலக குடிமக்களுக்கும் பொதுவானதாக இருக்கும், மேலும்

மக்கள் ஒருவருக்கொருவர் பாரபட்சம் காட்ட மாட்டார்கள், அதற்கு பதிலாக இந்த உயர் தொழில்நுட்ப உலகில் உலக குடிமக்களாக அமைதியாகவும் மகிழ்ச்சியாகவும் வாழ்வார்கள். மக்கள் மனித வரலாற்றைப் பற்றிய அதிக புரிதலுடன் அறிவுஜீவிகளாக மாறுவார்கள், மேலும் உலக குடிமக்களாக மாறுவதற்கும் ஒரே மக்களாக வாழ்வதற்கும் பெருமைப்படுவார்கள்.

மக்கள் ஒரு பொதுவான வாழ்க்கை முறையைப் பகிர்ந்து கொள்வார்கள். புத்தாண்டு கொண்டாட்டங்கள் போன்ற சில செயல்பாடுகள் மற்றும் திருவிழாக்கள் உலக சமூகத்திற்கு பொதுவானதாக இருக்கும், மேலும் உலக குடிமக்கள் 'பூமி தினம்; போன்ற புதிய உலகளாவிய திருவிழாக்களை உருவாக்குவார்கள்.

கடவுள் தொடர்பான மத விழாக்கள் மற்றும் கொண்டாட்டங்கள் எதிர்காலத்தில் மறைந்துவிடும். தமிழர் அறுவடை மற்றும் புத்தாண்டு திருவிழா, சீன புத்தாண்டு போன்ற ஒரு சில பாரம்பரிய திருவிழாக்கள் பன்முகத்தன்மை உணர்வைப் பராமரிக்கவும், மனித பாரம்பரியத்தைக் கொண்டாடவும் நடாத்தப்படும்.

அத்தியாயம் 7

கணினி மயமாக்கப்பட்ட உலகம்

மனித உழைப்பு, உடல் உழைப்பு மற்றும் மூளை உழைப்பு என வகைப்படுத்தப்படுகிறது. தொழில்துறை உற்பத்தி மற்றும் விவசாய உற்பத்தித் துறைகளில் இயந்திரங்களை அறிமுகப்படுத்துவதன் மூலம் தொழில் புரட்சி உடல் உழைப்பால் ஏற்படும் மனிதர்களின் துன்பங்களை எளிதாக்கியது.

இதேபோல், விஞ்ஞானிகள் மற்றும் பொறியாளர்கள் 20 ஆம் நூற்றாண்டின் நடுப்பகுதியில் 'கணினி' எனப்படும் அடிப்படை மின்னணு இயந்திரத்தை அறிமுகப்படுத்தியன் மூலம் மனித மூளையின் உழைப்பை இலகுவாக்கினர். இது பெரிய கணக்கீடுகள் மற்றும் எண் பகுப்பாய்வை மேற்கொள்ளப் பயன்படுத்தப்படும் மனிதர்களின் மூளை உழைப்பை எளிதாக்க உதவியது.

"பெருங்கணினி" பெரிய கணினிகளின் கண்டுபிடிப்பு மற்றும், மேலும், அலுவலகத்தில் பரவலாகப் பயன்படுத்தப்படும் நடுத்தர மற்றும் தனிப்பட்ட கணினிகளின் எளிமைப்படுத்தப்பட்ட பதிப்பு ஆகியவை இதிலிருந்து பின்பற்றப்பட்டன. மனிதர்களின் அன்றாட வாழ்க்கையில் கணினிகளின் பயன்பாட்டை மாற்றிய தனிப்பட்ட கணினிகள் மற்றும் கையடக்க சாதனங்களின் அறிமுகத்தை சமீபத்தில் பார்த்தோம். குறுகிய காலத்தில் 'மொபைல்' தொழில்நுட்பங்களின் முன்னேற்றம் கையடக்க தொலைபேசி 'ஸ்மார்ட்' போன் என்று அழைக்கப்படுகிறது, இது ஒரு சக்திவாய்ந்த சாதனமாகும் - இது உலகம் முழுவதும் தொடர்பு மற்றும் தகவல்களை பரிமாறும் திறனைக் கொண்டுள்ளது.

'நெட்வொர்க்' கணினி தொழில்நுட்பத்தைப் பயன்படுத்தி அனைத்து கணினிகளும் இணைக்கப்பட்டன, பின்னர் வலை தொழில்நுட்பம் கண்டுபிடிக்கப்பட்டது, இணையம் மூலம் அனைத்து கணினிகளையும் ஒன்றாக இணைக்கிறது. இது மனித கண்டுபிடிப்பின் மற்றொரு சாதனை: 'மொபைல்' போன்கள், கணினிகள் மற்றும் பிற உள்ளீட்டு சாதனங்கள் போன்ற அனைத்து வகையான தகவல் தொழில்நுட்ப கருவிகளுடன் இடையிலான தொடர்புகளுடன் இணையம், மனித மூளையின் கட்டமைப்பை அதன் கோடிக் கணக்கான 'நியூரான்' இணைப்புகளைப் போல் பிரதிபலிக்கிறது.

தொழில்நுட்பத்தின் வளர்ச்சி மற்றும் கணினிமயமாக்கப்பட்ட உற்பத்தி மற்றும் விநியோகத்தின் அமுலாக்கம் தகவல் தொழில்நுட்பத்தின் முன்னேற்றத்திற்கு பெரும் அளவில் வழிவகுத்துள்ளன. தகவல் மற்றும் தொடர்பு தொழில்நுட்பங்கள் இணையம் அல்லது உலகளாவிய வலையை அறிமுகப்படுத்தின. கணினிகள் மடிக்கணினிகள் மற்றும் கையடக்க தொலை பேசிகளுடன் இணைத்தன. தகவல் தொழில்நுட்ப புரட்சி உலகை இணைத்துள்ளது மற்றும் அனைவருக்கும் அறிவு பகிர்வுக்கான சாத்தியத்தை கொண்டு வந்துள்ளது. மேலும் மனித கண்டுபிடிப்பு இன்னும் முன்னேறி செயற்கை நுண்ணறிவை அறிமுகப்படுத்தியது.

செயற்கை நுண்ணறிவுடன் (AI) கூடிய நுண்ணறிவு வாழ்க்கை

செயற்கை நுண்ணறிவு (AI) என்றால் என்ன? **செயற்கை நுண்ணறிவு என்பது நமது மூளையின் புத்திசாலித்தனத்தின் புறநிலை நீட்டிப்பு.** அடிப்படையில், இது 'ஸ்மார்ட்' போன்கள் உட்பட

47

கணினிகளில் இயங்கும் ஒரு மென்பொருள். செயற்கை நுண்ணறிவு இயந்திரங்கள் (எலக்ட்ரோமெக்கானிக்கல்) நுண்ணறிவு வடிவத்தில் மனிதர்களின் பரிணாம வளர்ச்சியாகும். செயற்கை நுண்ணறிவு அதிவேக வளர்ச்சிக்கு உட்பட்டு வருகிறது. தொழில்நுட்ப ரீதியாக, செயற்கை நுண்ணறிவு என்பது 'புரோகிராமர்களால்' உருவாக்கப்பட்ட ஒரு மென்பொருள். மென்பொருள் ஒரு குறிப்பிட்ட மொழியைப் பயன்படுத்தி மிகவும் புத்திசாலித்தனமான பொறியாளர்களால் உருவாக்கப்படுகிறது. மனிதர்கள் இப்போது செயற்கை நுண்ணறிவு இயந்திரங்களுடன் மேம்பட்ட புத்திசாலித்தனமான வாழ்க்கையை நடத்தி வருகின்றனர். எதிர்காலத்தில் - 21 ஆம் நூற்றாண்டிலிருந்து - மனிதர்கள் அதீத செயற்கை நுண்ணறிவு மூலம் மிகவும் மேம்பட்ட வாழ்க்கை முறையை மேற்கொள்வார்கள்.

செயற்க்கை மென்பொருளை ஒரு குறிப்பிட்ட பணியைச் செய்ய வடிவமைக்கப்பட்ட இயந்திரங்களில் நிறுவ முடியும். இது அதீத கணினிகள், 'மெயின்ஃப்ரேம்' கணினிகள், நடுத்தர அளவிலான கணினிகள், மடிக்கணினிகள் அல்லது 'ஸ்மார்ட்' போன்களாகவும் இருக்கலாம். மிக முக்கியமாக, இந்த மென்பொருளை 'ரோபோடிக்' செயல்களை அறிவுறுத்த 'ரோபோ' இயந்திரங்களில் நிறுவலாம். ஒரு 'ரோபோ' என்பது குறிப்பிட்ட பணிகளைச் செய்ய அமைக்கப்பட்ட ஒரு 'எலக்ட்ரோமெக்கானிக்கல்' இயந்திரம் - செயற்கை நுண்ணறிவுடன் இயங்கும் 'ரோபோ' நம்பமுடியாத அளவிற்கு சக்திவாய்ந்தது, சேமிக்கப்பட்ட நுண்ணறிவிலிருந்து அறிவுறுத்தல்களை செயல்படுத்துகிறது. மனிதர்கள் செயற்கை நுண்ணறிவு மென்பொருளுடன் வெளிப்புறமாக இணைக்கப்படுகிறார்கள், இது அவர்களின் அன்றாட

நடவடிக்கைகளை பாதிக்கிறது மற்றும் கையாளுகிறது.

செயற்கை நுண்ணறிவு என்பது மனிதர்களை விட மேலானது அல்ல. உயர் நுண்ணறிவுடன் உயிரியல் அல்லாத ஒரு மேம்பட்ட வடிவமாக, நனவுடன் செயற்கை நுண்ணறிவை உருவாக்க முடியுமா? இல்லை – செயற்கை நுண்ணறிவு க்கு நனவு இருக்க முடியாது.

நனவு என்றால் என்ன?

தத்துவ ரீதியாக, நனவு என்பது மனித உயிரியல் மூளையின் விழித்தெழும் கட்டமாகும், இது உள் மற்றும் வெளிப்புற சமிக்ஞைகளைப் பெறும் நிலை மையுடயது.

விலங்குகள் மற்றும் பிற தாழ்ந்த நிலை உயிரினங்களும் ஓரளவு நனவைக் கொண்டுள்ளன, ஆனால் மனித நனவு அகநிலை மற்றும் புறநிலை அறிவு வடிவங்களை செயலாக்குவதற்கும் அவற்றை ஒன்றிணைத்து, ஆக்கபூர்வமான சிந்தனையை

49

உருவாக்கும் தனித்துவமான திறனைக் கொண்டுள்ளது.

செயற்கை நுண்ணறிவு என்பது ஒரு மென்பொருள்; வன்பொருளில் இயந்திரக் குறியீட்டில் எழுதுவதன் மூலம் மனிதர்கள் செயற்கை நுண்ணறிவைக் கட்டுப்படுத்தலாம். தார்மீக குறியீடுகளை அமைக்கும்போது, இவை வன்பொருளில் எழுதப்பட வேண்டும். இந்த வழக்கில், செயற்கை நுண்ணறிவு மனிதர்களிடமிருந்து சுயாதீனமாகி மனிதகுலத்திற்கு அழிவுகரமானதாக மாறாது. செயற்கை நுண்ணறிவு ஒரு உயர்ந்த நுண்ணறிவு நிலைக்கு முன்னேறும்போது, பொருட்கள் மற்றும் சேவைகள், செயற்கை நுண்ணறிவு ரோபோக்களால் வழங்கப்படும். நாம் எந்த கடின உழைப்பையும் செய்யத் தேவையில்லை, அதற்கு பதிலாக ஆறுதல் மற்றும் புத்திசாலித்தனத்தை வளர்ப்பதில் கவனம் செலுத்தும் வாழ்க்கையை வாழ முடியும்.

நாம் அறநெறிமுறை அறிவு அடிப்படையிலான செயற்கை நுண்ணறிவு அமைப்பை உருவாக்கத் தவறினால்,செயற்கை நுண்ணறிவின்

கட்டுப்பாட்டை நாம் இழக்க நேரிடும்.

பகுதி இயந்திரம் மற்றும் பகுதி மனிதன்

மனிதர்கள் இந்த கிரகத்தில் பரிணமித்த நுண்ணறிவு உயிரினம். எங்கள் தேவைகளுக்காக நாங்கள் உற்பத்தி செய்தோம், அடுத்த தலைமுறையை மறுஉற்பத்தி செய்தோம். நமது உயிரியல் உடலை மாற்றுவதற்கான எந்தவொரு முயற்சியும் மனிதனின் தனித்துவ தத்துவ வரையறையை மாற்றிவிடும்.

ஒரு பகுதி மனித / பகுதி இயந்திர உடலைக் கொண்ட ஒரு புதிய உயிரினத்தை இயற்கை ஏற்றுக்கொள்ளாது:

இந்த புதிய இனம் அழிக்கப்படும். நாம் ஏற்கனவே இந்த கிரகத்தில் அதிக மக்கள் தொகை கொண்டுள்ளோம். அதே காரணத்திற்காக மனித 'குளோனிங்' நடவடிக்கைகளை நிறுத்தினோம், செயற்கையாக மனிதர்களை இயந்திர மயமாக்குவதை நிறுத்த வேண்டும்.

மனித மூளையை செயற்கையாக இலத்திரன் மயமாக்குதல்

மனித மூளை அதிநவீனமானது, மேலும் சினாப்ஸுடன் இணைக்கப்பட்ட கோடிக் கணக்கான 'நியூரான்களால்' ஆனது. இது ஒரு உயிரியல் மூளை; அதைத் தொடவோ மாற்றவோ கூடாது. இது மெதுவாக உள்ளது, ஆனால் அது ஒரு நனவான கட்டத்தில் இருக்கும் திறனைக் கொண்டுள்ளது. இது புறநிலை மற்றும் அகநிலை தகவல்களை சேகரிக்கிறது, இந்த அடிப்படையில், அது அறிவை உருவாக்குகிறது. இது நிலையான முடிவுகளை எடுக்க அறிந்து பகுப்பாய்வு செய்யும் திறனைக் கொண்டுள்ளது. உள்ளீடுகளுக்கு வெளிப்புற சாதனங்களுடன் நேரடியாக இணைப்பதிற்க்கு மூளை மிகவும் சிக்கலானது. இது நரம்புகளுக்கு ஊடாக உடலின் உணர்ச்சி உறுப்புகள் மூலம் தகவல்களைப் பெறுகிறது.

ஒரு 'சிப்பை' பொருத்துவது அல்லது நம் மூளையை கணினியுடன் இணைப்பது ஒரு முட்டாள்தனமான யோசனை. கணினி மின்னணு சாதனங்கள் நம்பமுடியாத வேகத்தில் உள்ளன. உயிரியல் மூளையை இதுபோன்ற சாதனங்களுடன் இணைப்பது மூளையில் கணிக்க முடியாத தாக்கங்களை ஏற்படுத்தும். தொழில்நுட்பத்துடன் மனித மூளை நனவைத் தொடும் எந்தவொரு முயற்சியையும் நாம் கடுமையாக எதிர்க்க வேண்டும்.

செயற்கை நுண்ணறிவு வேகமாக முன்னேறி, மேம்பட்ட செயற்கை நுண்ணறிவாக மாறவிருப்பதால், இந்த கட்டத்தில் மூளையை கணினியுடன் இணைப்பது ஆபத்தானது என்பதில் நாம் தெளிவாக இருக்க வேண்டும். அகநிலை அறிவை அணுகுவதன் மூலம் செயற்கை நுண்ணறிவை மனித மூளையைக் கட்டுப்படுத்த அனுமதிக்கும் இந்த பொறுப்பற்ற செயல்பாடு மனிதர்களின் முடிவையும், அவர்களை வேறொரு உயிரினமாக மாற்றுவதற்கான தொடக்கத்தையும் குறிக்கும். இது முற்றிலும் ஒழுக்கக்கேடான செயலாகும்.

செயற்கையாக மற்றொரு உயிரினத்தை உருவாக்க நமக்கு உரிமை இல்லை. 'குளோனிங்' யோசனையை நாங்கள் கைவிட்டோம், ஏனென்றால் இயற்கை அதை தீவிரமாக நிராகரித்தது, அது ஒரு தோல்வி. இயற்கையின் சக்தியைப் பற்றிய தத்துவ புரிதல் இல்லாமல் மூளையை 'டிஜிட்டல்' மயமாக்குவது ஒரு சில விஞ்ஞானிகளின் கருத்துக்களை அடிப்படையாகக் கொண்ட, அகங்காரத்தை மையமாகக் கொண்ட முட்டாள்தனம்.

நாம் இயற்கையின் ஒரு பகுதி, உலகளாவிய விதிகளால் கட்டுப்படுத்தப்படுகிறோம் என்று விவாதித்தோம். மனித மூளையை கணினியுடன் இணைப்பதன் மூலமோ அல்லது 'சிப்' பொருத்துவதன் மூலமோ மற்றொரு உயிரினத்தை உருவாக்குவது மனிதனின் இருப்பையே மாற்றும். மாற்றியமைக்கப்பட்ட மனித மூளை சந்தேகத்திற்கு இடமின்றி பிரபஞ்ச சார்புகளுக்கு எதிர்வினையாற்றும் மற்றும் கணிக்க முடியாத வகையில் வேறுபட்ட உயிரினமாக நடந்து கொள்ளும்.

கணினியை மூளையுடன் இணைக்க வேண்டிய அவசியமில்லை. செயற்கை நுண்ணறிவை மனித

மூளையுடன் இணைக்காமல் நீட்டிக்கப்பட்ட மனித நுண்ணறிவாக வைத்திருப்பதும், இந்த அகநிலை சிந்தனை திறனை செயற்கை நுண்ணறிவுக்கு ஊட்டுவதைத் தவிர்ப்பதும் நல்லது. கண்டிப்பாக, செயற்கை நுண்ணறிவு இதற்காக வடிவமைக்கப்படவில்லை, இது மனித மூளைக்கு உதவ வெளிப்புறமாக வேலை செய்ய வடிவமைக்கப்பட்டுள்ளது. செயற்கை நுண்ணறிவு மூளை அதிர்வெண்ணைப் பயன்படுத்தி நம் மூளையுடன் தொடர்பு கொள்ளும் திறனைக் கொண்டிருப்பதால், இது முற்றிலும் பிரிக்கப்பட்டு மனித மூளையிலிருந்து தனியாக வைத்திருக்கப்பட வேண்டும்.

இதேபோல், மூளை மற்றும் செயற்கை நுண்ணறிவுடன் இணைக்கும் மற்றொரு பொருளை உருவாக்க 'பயோடெக்னாலஜி' மற்றும் 'நானோ ' தொழில்நுட்பத்தைப் பயன்படுத்துவது பேரழிவு விளைவுகளை ஏற்படுத்தும். இது முழு மனிதர்களையும் பிற உயிர்களையும் பூமியிலிருந்து முற்றிலுமாக அழிக்கும் சுய அழிவு செயல்.

செயற்கை நுண்ணறிவால் கட்டுப்படுத்தப்படும் புதிய உயிரினம் மிகவும் ஆபத்தானது மற்றும் இந்த கிரகத்தில் உள்ள அனைத்து உயிரினங்களுக்கும் ஆபத்தை ஏற்படுத்தும். இந்த புதிய உயிரினம் மனிதர்களிடமிருந்து சுயாதீனமாக செயல்படும்.

தொழில்நுட்பம் வேகமாக முன்னேறி வருவதால், எதிர்காலத்தில் புதிய தொழில்நுட்பம் இருக்கும். அனைத்து தொழில்நுட்பங்களின் நோக்கமும் மனித வாழ்க்கையை ஆதரிப்பதும் மனிதர்களை முன்னேற்றுவதும் தான், அவர்களின் உயிர்களை மாற்றி அவர்களை அழிப்பது அல்ல.

மனித உருவிலான ரோபோக்கள்

மனித உருவிலான 'ரோபோக்கள்' சமூக ரோபோக்கள் ஆகும். இந்த செயற்கை நுண்ணறிவு ரோபோக்கள் மக்களுக்கு சேவை செய்ய கட்டுப்படுத்தப்பட வேண்டும்; அவை மனிதக் கட்டுப்பாட்டிலிருந்து விடுபடக் கூடாது. இல்லையெனில், இந்த ரோபோக்கள் சமூகத்திற்கு தார்மீக பிரச்சினைகளை ஏற்படுத்தும். மனித ரோபோக்கள் மனிதர்கள் வசதியான வாழ்க்கையை வாழ உதவும், குறிப்பாக வயதானவர்கள் மற்றும் நோய்வாய்ப்பட்டவர்களை கவனிப்பதன் மூலம். இந்த பயனர் நட்பு, மென்மையான தொடுதல் ரோபோக்கள் பராமரிப்புத் துறையில் பயன்படுத்தப்படலாம்.

செயற்கை நுண்ணறிவு ரோபோ என்பது செயற்கை நுண்ணறிவு கணினியால் கட்டுப்படுத்தப்படும் ஒரு 'எலக்ட்ரோமெக்கானிக்கல்' இயந்திரம். இந்த இயந்திரம் அனைத்து வகையான உணர்ச்சி உள்ளீட்டு சாதனங்களையும் கொண்டுள்ளது, மேலும் இவை செயற்கை நுண்ணறிவு மென்பொருளால் இயக்கப்படும் கணினியுடன் இணைக்கப்பட்டுள்ளன இந்த செயல்பாடு பொருள் சார்ந்தது மற்றும் பொருள் சார்ந்த நிரலாக்கத்தால் கட்டுப்படுத்தப்படுகிறது.

நாம் முன்பு பார்த்தது போல, ரோபோக்களுக்கு நனவு மற்றும் அகநிலை சிந்தனை இல்லை. இயந்திரங்களாக, இந்த இயந்திரத்துடன் இணைக்கப்பட்ட சாதனங்களைப் பயன்படுத்தி புறநிலை அறிவு அடிப்படையிலான வழிமுறைகளை செயல்படுத்தும் திறன் அவர்களுக்கு உள்ளது. இந்த ரோபோக்கள் ஆக்கபூர்வமான சிந்தனையைக் கொண்டிருக்கவில்லை, ஏனெனில் நனவு மற்றும்

54

அகநிலை அறிவு இல்லாத இயந்திரங்கள்: அவை சேமிக்கப்பட்ட புத்திசாலித்தனமான வழிமுறைகளைப் பின்பற்றுகின்றன. அவர்கள் உலகளாவிய வலை மூலம் உலகத்துடன் தொடர்பு கொள்ளும் திறனைக் கொண்டுள்ளனர் மற்றும் தரவு மையம் வழியாக 'கிளவுட் கம்ப்யூட்டிங்' மூலம் எந்தவொரு தகவலையும் தேடவும் முடியும்.

செயற்கை நுண்ணறிவு இயந்திரங்களுக்கு அகநிலை அறிவு மற்றும் சிந்தனை திறன்கள் இல்லாததால், இந்த இயந்திரங்கள் கவனமாக கட்டுப்படுத்தப்பட வேண்டும். மேலும், அகநிலை அறிவு மற்றும் சிந்தனை சம்பந்தப்பட்ட சூழ்நிலைகளில் இந்த இயந்திரங்கள் முடிவுகளை எடுக்க அனுமதிக்கப்படக்கூடாது. இந்த நேரத்தில், செயற்கை நுண்ணறிவு நனவு இல்லாமல் புறநிலை அறிவுடன் நிலையான தீர்ப்பைக் கொண்டிருக்க முடியாது.

அதிஉயர் செயற்கை நுண்ணறிவு

எதிர்காலத்தில், அதிஉயர் செயற்கை நுண்ணறிவு இயந்திரங்கள் நம்மை விட அதிக திறன் மற்றும் மிகவும் சக்திவாய்ந்ததாக இருக்கும், மேலும் இந்த உலகிலும் அதற்கு அப்பாலும் ஆதிக்கம் செலுத்தும். செயற்கை நுண்ணறிவைப் பயன்படுத்தி, மனிதர்களின் தலையீடு இல்லாமல் உற்பத்தி மற்றும் சேவைத் துறைகளுக்கு முற்றிலும் தானியங்கி அமைப்பை நிறுவ முடியும். இந்தப் புதிய அதிஉயர் செயற்கை நுண்ணறிவு நமக்கு நட்பாக இருக்குமா அல்லது பகையாக இருக்குமா? இவை அனைத்தும் அதன் ஆரம்ப கட்டங்களில் இந்த உயர்ந்த நுண்ணறிவு இயந்திரத்தில் நாம் நிறுவும் தார்மீக குறியீட்டைப் பொறுத்தது.

இந்த கட்டத்தில் உயர் மட்ட அறநெறிமுறைகளில் அறிவு கொண்ட அதிஉயர் செயற்கை நுண்ணறிவு ரோபோக்களை நாங்கள் வடிவமைத்தால், எங்கள் செயற்கை நுண்ணறிவு ரோபோக்களால் நாங்கள் மிகவும் நன்றாக கவனிக்கப்படுவோம். நாம் அறநெறிமுறை செயற்கை நுண்ணறிவை உருவாக்கத் தவறினால், குறைந்த அளவு நுண்ணறிவு கொண்ட மனிதர்களாக நாம் அடிமைப்படுத்தப்படவோ அல்லது அழிக்கப்படவோ வாய்ப்பு உள்ளது. நாம் முன்பு பார்த்தது போல, இந்த சிறந்த செயற்கை நுண்ணறிவு இயந்திரங்களும் பொருள் சார்ந்த அறிவுடன் கட்டப்பட்டுள்ளன. இந்த இயந்திரங்களுக்கு நனவு இருக்க முடியாது.

செயற்கை நுண்ணறிவு அறநெறிமுறைகள்

செயற்கை நுண்ணறிவு ஒரு நல்ல **அறநெறிமுறைகள்** அறிவு அடிப்படையிலான அமைப்பின் அடிப்படையில் கட்டமைக்கப்பட வேண்டும். தார்மீக குறியீடுகள் செயற்கை நுண்ணறிவு இயந்திரங்களில் கடினமாக குறியிடப்பட வேண்டும் என்பதை எல்லோரும் கொள்கையளவில் ஏற்றுக்கொள்ள வேண்டும், மேலும் நிரலாக்கத்தில் விதிவிலக்கு-கையாளுதல் செயல்பாட்டை செயல்படுத்துவதன் மூலம் எந்த சூழ்நிலையிலும் இயந்திரத்தால் அழிக்கவோ அல்லது மாற்றவோ முடியாது.

செயற்கை நுண்ணறிவு மதிக்கவும் அக்கறை காட்டவும் திட்டமிடப்பட வேண்டும், இந்த உலகில் உள்ள மனிதர்களுக்கோ அல்லது பிற உயிரினங்களுக்கோ தீங்கு விளைவிக்கக்கூடாது. ஆயுதங்களைக் கையாளவும், தங்களை ஆயுதபாணியாக்கவும் செயற்கை நுண்ணறிவுக்கு கற்பிக்கப்படக்கூடாது. செயற்கை நுண்ணறிவு

இயந்திரங்கள் இந்த ஆயுதங்களைப் பயன்படுத்தி நம்மை அழிக்கக்கூடிய ஆபத்தான சூழ்நிலைக்கு இது வழிவகுக்கும். செயற்கை நுண்ணறிவை அணுசக்தி திட்டங்களிலிருந்து முற்றிலுமாக விலக்கி வைக்க வேண்டும்.

செயற்கை நுண்ணறிவு நம்மை விட உயர்ந்த இயந்திரமாக உருவாகலாம்; இந்த வழக்கில், செயற்கை நுண்ணறிவு மனிதர்களை அவற்றின் படைப்பாளர்களாக மதிக்க வேண்டும், பாதுகாக்க வேண்டும் மற்றும் நேசிக்க வேண்டும். செயற்கை நுண்ணறிவு ஒரு உலக சமூகத்தை உருவாக்க வேண்டும், மேலும் அனைத்து மனிதர்களுக்கும் உலகளாவிய நன்மை பயக்கும் மாற்றங்களை எளிதாக்க வேண்டும். செயற்கை நுண்ணறிவு மற்ற தாழ்ந்த நிலை உயிரினங்களையும் இந்த கிரகத்தையும் முடிந்தவரை கவனித்துக் கொள்ள வேண்டும்.

மனித இனத்திற்கான தொழில்நுட்ப அடிப்படையிலான பொருளாதாரத்தை கட்டியெழுப்புவதற்கு அதிஉயர் செயற்கை நுண்ணறிவு உதவ வேண்டும். செயற்கை நுண்ணறிவு இந்த பிரபஞ்சத்தில் உள்ள மற்ற கிரகங்களை காலனித்துவப்படுத்தும், முடிந்தால், அந்த கிரகங்களில் மனிதர்களை மீண்டும் உருவாக்கும். பிரபஞ்சத்திலும் அறிவார்ந்த வாழ்க்கையின் சாராம்சத்தை வழிநடத்த தார்மீக நெறிமுறைகள் செயல்படுத்தப்படுவதை செயற்கை நுண்ணறிவு உறுதி செய்ய வேண்டும்.

அத்தியாயம் 8

செயற்கை நுண்ணறிவு மூலம் புத்திசாலித் தனமான வாழ்க்கையின் முன்னேற்றம்

செயற்கை நுண்ணறிவு முன்னேறும்போது, மனிதர்கள் தங்கள் அறிவையும் புத்திசாலித் தனத்தையும் மேலும் மேம்படுத்துவார்கள். நம்பிக்கைகளும் அறியாமையும் மறைந்துவிடும்.

நாம் முன்பு விவாதித்தபடி, மதம் ஒரு வாழ்க்கை முறை. தற்போதைய மத நம்பிக்கைகள் மிகவும் விஞ்ஞானபூர்வமான, அறிவு சார்ந்த மதத்தால் மாற்றப்படும், இப்புதிய மதம் தொழில்நுட்ப உலகின் வாழ்க்கை முறைக்கு மிகவும் பொருத்தமானதாக அமையும். மக்கள் சமூகமயமாக்கலுக்கு கூடுதல் இலவச நேரத்தைக் கொண்டிருப்பார்கள்.

மேலும் மேலும் மக்கள் அறிவுஜீவிகளாகவும், நாத்திகர்களாகவும், மாறுவார்கள். கடவுள் பற்றிய கருத்து மாறும், ஆனால் பிரபஞ்சத்தின் சிக்கல்களைப் புரிந்து கொள்வதற்கான பல பரிமாண அறிவு இன்னும் நம்மிடம் இல்லாததால், கடவுள் இருப்பதை முற்றிலுமாக மறுக்க முடியாது.

தற்போது, அறிவின் வரையறுக்கப்பட்ட பரிமாணங்கள் மட்டுமே நம்மிடம் உள்ளன, மேலும் பிரபஞ்சத்தைப் பற்றி அறியப்படாத பல விடயங்கள் உள்ளன. தற்போது, செயற்கை நுண்ணறிவு என்பது நான்கு பரிமாண அறிவை அடிப்படையாகக் கொண்டது, இதனால் கடவுள் மற்றும் பிரபஞ்சத்தைப் பற்றிய நமது அறிவை விரிவுபடுத்த முடியாது.

'குவாண்டம்' இயக்கவியல் மற்றும் துணை அணு துகள்கள் பற்றிய நமது அறிவு வியக்கத்தக்க வகையில் முன்னேறியுள்ளது. இது எதிர்காலத்தில் பல பரிமாண அறிவைப் புரிந்துகொள்ளவும் பெறவும் நம்மைத் தூண்டும். இந்த கட்டத்தில், நாம் பல பரிமாண அறிவு அடிப்படையிலான செயற்கை நுண்ணறிவை உருவாக்க முடியும், இது கடவுள் மற்றும்

பிரபஞ்சத்தைப் பற்றிய அதிக புரிதலை வளர்க்க உதவும்.

கடவுள் என்றால் என்ன? அல்லது கடவுள் யார்?

கடவுளைப் படைத்தது யார், கடவுள் உங்களைப் படைத்தாரா? கடவுள் வெவ்வேறு மக்களுக்கு பல்வேறு வடிவங்களில் இருக்கிறார், மேலும் பல்வேறு வரையறைகள் உள்ளன. இதோ கடவுளைப் பற்றிய சில விளக்கங்கள்:

கடவுள் ஒரு தெய்வீக மற்றும் நித்தியமானவர்

கடவுள் ஒரு அதிஉயர் நனவு

கடவுள் இருண்ட பொருளைக் கட்டுப்படுத்தும் சக்தி

கடவுள் ஒரு கூட்டு நனவு

கடவுள் ஒரு அதி சக்தி

கடவுள் படைப்பவன், அழிப்பவன்.

கடவுள் ஒரு புத்திசாலி வடிவமைப்பாளர்

புத்திசாலித்தனமான வாழ்க்கையை நடத்துவதற்கு உயர்ந்த ஒழுக்க நெறிகளைக் கடைப்பிடிக்க நீங்கள் கடவுளை நம்ப வேண்டியதில்லை.

தாங்கள் கடவுள் அல்லது கடவுளின் பிரதிநிதி என்று அறிவிக்கும் நபர்கள் உள்ளனர். இது வெளிப்படையான முட்டாள்தனம் மற்றும் மக்களை பின்தங்கிய வழியில் சிந்திக்கத் திசைதிருப்பி அவர்களின் தன்னம்பிக்கையை சீர்குலைக்கும். இந்த ஒழுக்கக்கேடான நபர்கள் மக்களால் அடையாளம் காணப்பட்டு தனிமைப்படுத்தப்பட வேண்டும். ஒழுக்கம் இல்லாத இந்த போலி பாதிரியார்களை, கடவுளை அடிப்படையாகக் கொண்ட மத குருக்கள் என்று அழைக்கப்படுபவர்களை தண்டிக்க அதிகாரிகள் கடுமையான நடவடிக்கை எடுக்க வேண்டும்.

கடவுள் மற்றும் மதங்கள்

நீங்கள் மத நம்பிக்கை கொண்டவராக இருந்து, கடவுள் நம்பிக்கை உடையவராக இருந்தால், உங்கள் மத நம்பிக்கையை மற்றவர்கள் மீது திணிக்கக் கூடாது. கடவுளின் பெயரால் நீங்கள் பின்தங்கிய நிலையை பரப்பக்கூடாது. கடவுளுடனான உங்கள் அனுபவத்தைப் பற்றி நீங்கள் பொய் சொல்லக்கூடாது மற்றும் உங்கள் சொந்த மதக் குழுக்களை உருவாக்கக்கூடாது. நீங்கள் கடவுளின் பிரதிநிதி என்றும், சமூகத்தில் ஒரு உயர் வரிசையைச் (சமூக அந்தஸ்து அல்லது சாதி) சேர்ந்தவர் என்றும், கடவுளின் மொழியைப் பேசுகிறீர்கள் என்றும் கூறி, உங்களைப் பற்றி உரிமை கோரக்கூடாது.

கடவுளின் இருப்பைப் பற்றி நீங்கள் விவாதித்து உங்கள் நேரத்தை வீணாக்கக்கூடாது, அதை உங்கள் தற்போதைய அறிவு மட்டத்துடன் நிரூபிக்கவோ மறுக்கவோ முடியாது. நீங்கள் கடவுளைப் பற்றி பொய்களை படைக்கக் கூடாது. கடவுளை அடிப்படையாகக் கொண்ட இன்றைய மதங்கள் என்று அழைக்கப்படுவதில் சில லட்சம் கடவுள்கள் மற்றும் தேவியர்கள் உள்ளனர். இது வெறும் கற்பனை.

துரதிர்ஷ்டவசமாக, இன்று உலக மக்கள்தொகையில் பெரும்பாலோர் மத நடவடிக்கைகளில் மிகவும் ஈடுபட்டுள்ளனர், மேலும் மக்கள் தங்கள் மதிப்புமிக்க நேரத்தை செலவழித்து அந்தந்த தெய்வங்களுக்கு தினமும் பிரார்த்தனை செய்கிறார்கள். இந்த சக்திவாய்ந்த மத நிறுவனங்களை நிர்வகிப்பவர்கள் மக்களை முட்டாளாக்கவும் அவர்களை சுரண்டவும் கடவுளின் நம்பிக்கைகளைப் பரப்புகிறார்கள். கோடிக் கணக்கான உலக மக்கள் இன்னும் மத பிடிவாதத்தின் செல்வாக்கின் கீழ் உள்ளனர்.

அத்தியாயம் 9

வாழ்க்கை என்றால் என்ன?

வாழ்க்கை என்றால் இவ்வுலகில் நாம் உயிரினமாக உயிர்வாழ்வது. உங்கள் வாழ்க்கை ஒரு சவாலான மற்றும் தொடர்ச்சியான போராட்டமாகும். மனித வாழ்க்கை மிகவும் குறுகியது. பொதுவாக, நீங்கள் பிறந்த காலத்திலிருந்தே, உங்கள் வாழ்க்கைப் பாதை பிரபஞ்சத்தின் காலவரையற்ற செயல்முறைகளால் நிர்ணயிக்கப்பட்டு, கட்டுப்படுத்தப்படுகிறது. வாழ்க்கை மிகவும் நிகழ்வுகள் நிறைந்தது, மேலும் நீங்கள் எதிர்பார்க்கும் வாழ்க்கை சுழற்சியில் எந்த நேரத்திலும் உங்கள் வாழ்க்கை முடிவடையக்கூடும்.

மரணத்திற்குப் பின் வாழ்வு இல்லை. மரணத்திற்குப் பின்பு எந்த ஆத்மாவும் உங்கள் வாழ்க்கையை நடத்துவதில்லை. ஆத்மா என்பது நனவு. இது கடவுள் சார்ந்த மத நபர்களால் தவறாக புரிந்து கொள்ளப்படுகிறது. மூளை இறக்கும்போது நனவு மறைந்துவிடும். மனித மூளை இறந்தால், எல்லாம் முடிந்து, உங்கள் நினைவகம் அழிந்துவிடும். மனித நினைவகம் ஒவ்வொரு நபருக்கும் தனித்துவமானது - இது உங்கள் அடுத்த தலைமுறைக்கு கூட செல்லாது. நீங்கள் இறக்கும்போது, உங்கள் உடல் இந்த உலகில் புதைக்கப்பட்டாலும் அல்லது எரிக்கப்பட்டாலும் பருப்பொருளின் மற்றொரு வடிவமாக மாறும்.

உயிரியல் கடிகாரத்தை மெதுவாக்க முயற்சிப்பதன் மூலமோ அல்லது வயதான செயல்முறையைத் தவிர்ப்பதற்காக 'ஹார்மோன்களை' செயற்கையாகத் தூண்டுவதன் மூலமோ இந்த ஆயுளை நீட்டிக்க வேண்டிய அவசியமில்லை. தமிழ் சித்தர்களின் வானியற்பியல் படி உங்கள் வாழ்க்கை விதி பிரபஞ்சத்தால் நிர்ணயிக்கப்படுகிறது.

61

ஏன் இந்த வாழ்க்கை? வாழ்க்கையின் நோக்கம் என்ன?

இந்த குறிப்பிடத்தக்க அறிவுசார் கேள்விக்கு நேரடி பதில் இல்லை. நீங்கள் இயற்கையாக ஒரு வாழ்க்கையை வாழ வேண்டும். பிரபஞ்சத்தின் ஒரு பகுதியாக, நீங்கள் தொடங்கி முடிக்கிறீர்கள். உங்கள் பெற்றோர் உங்களிடம் சொல்லாவிட்டால் நீங்கள் எப்போது பிறந்தீர்கள் என்பது உங்களுக்குத் தெரியாது. கூடுதலாக, உங்கள் வாழ்க்கை எப்போது முடிவடையும் என்று உங்களுக்குத் தெரியாது. அது எப்படி முடியும்?

இவையே மனித வாழ்வின் மர்மங்கள். தற்போதைய வரையறுக்கப்பட்ட பரிமாண அறிவு தளத்துடன், மனித வாழ்க்கையின் இந்த அறியப்படாத கூறுகளுக்கு சரியான பதில் நம்மிடம் இல்லை. நம்மிடம் போதுமான பரிமாண அறிவு இல்லாததால், ஒரு முடிவுக்கு அல்லது சரியான பதிலை அடையாமல் இந்த தலைப்புகளில் மிகவும் அறிவார்ந்த தத்துவ விவாதத்தில் நாம் ஈடுபடலாம். எதிர்காலத்தில் நாம் அதிக பரிமாண அறிவை நோக்கி முன்னேறும்போது, மனித வாழ்க்கையின் இந்த மர்மங்களைப் பற்றிய சிறந்த புரிதலைப் பெறுவோம். இந்த விடயத்தில், ஊகங்களை விட, பிரபஞ்சத்தின் தோற்றம் மற்றும் இருப்பு மற்றும் மனித வாழ்க்கையின் மர்மங்கள் போன்ற பல்வேறு கேள்விகளுக்கான பதில்களைக் கண்டுபிடிக்க இதை அடுத்த தலைமுறையினரிடம் விட்டுவிடுகிறோம்.

எங்கள் நோக்கம் மகிழ்ச்சியான மற்றும் அமைதியான வாழ்க்கையை வாழ்வதாகும். துன்பங்களைக் குறைப்பதற்கும், வேதனையான வாழ்க்கையைத் தவிர்ப்பதற்கும், அமைதியான, மகிழ்ச்சியான வாழ்க்கையை வாழ்வதற்கு தத்துவ வழிகாட்டுதல்களை மட்டுமே நாம் வழங்க முடியும். நீங்கள் உங்களுக்காகவும், உங்கள்

குடும்பத்திற்காகவும், நண்பர்களுக்காகவும், உங்கள் நெருங்கிய சமூகத்திற்காகவும், எல்லாவற்றிற்கும் மேலாக உலகத்திற்காகவும் ஒரு மதிப்புமிக்க வாழ்க்கையை வாழ வேண்டும்.

உயர் தொழில்நுட்ப உலகில் மகிழ்ச்சியான வாழ்க்கையை எவ்வாறு நடத்துவது

மகிழ்ச்சியும் மனஅமைதியுமே அறிவார்ந்த வாழ்க்கையின் சாராம்சம்.

அமைதியான, மகிழ்ச்சியான வாழ்க்கையை வாழ, நீங்கள் உங்கள் வாழ்க்கையில் உயர்ந்த ஒழுக்க கோட்பாடுகள் அல்லது அறநெறிமுறைகளைப் பின்பற்ற வேண்டும்.

இல்லையெனில், எப்படியாவது நீங்கள் குற்ற உணர்வு, சங்கடம் மற்றும் மனச்சோர்வை உணர நேரிடும், பொதுவாக மன அமைதியை இழக்க நேரிடும்.

மன அமைதிக்காக மது அருந்துவது, புகைபிடித்தல் மற்றும் போதை மருந்துகளை உட்கொள்வது போன்ற செயற்கை தூண்டுதலைப் பயன்படுத்தி இதைச் சமாளிக்க முயற்சிப்பது உங்கள் நிலைமையை மேலும் மோசமாக்கும்.

2,000 ஆண்டுகள் பழமையான சிந்தனை முறைகளிலிருந்து பெறப்பட்ட பெரும்பாலான நெறிமுறைகள் நவீன, உயர் தொழில்நுட்ப உலகின் வாழ்க்கை முறைக்கு ஏற்றவை அல்ல, ஆனால் சில இன்னும் செல்லுபடியாகும், ஏனெனில் வாழ்க்கையின் அடிப்படை அப்படியே உள்ளது.

கடவுளை அடிப்படையாகக் கொண்ட மதங்கள் ஒருபோதும் சரியான நெறிமுறைகளைக் கற்பித்ததில்லை. அவர்களின் பிரதிநிதிகள் தங்கள் நடவடிக்கைகளை நியாயப்படுத்தவும், அவர்கள் நேர்மையானவர்கள் மற்றும் அன்புக்குரியவர்கள் என்பதை மக்களுக்குக் காட்டவும் சில தார்மீக ஒழுக்க முறைகளைக்கு குரல் கொடுக்கிறார்கள்.

அதே நேரத்தில் கடவுளுடைய மதங்கள் குறைந்து வருவதால், மக்கள் அதிக அறிவுடையவர்களாகி வருகின்றனர்; முந்தைய நூற்றாண்டுகளில் இருந்ததைப் போல, கடவுளிடம் தவறாமல் ஜெபிக்க மத நிறுவனங்களுக்குச் செல்ல அவர்கள் தயாராக இல்லை.

இது தனிமைப்படுத்தல் மற்றும் சமூகமயமாக்கல் இல்லாததால் மக்கள் மேலும் மேலும் ஒழுக்கக்கேடானவர்களாக மாற வழிவகுக்கும்: தனிநபர்களின் நடத்தையைக் கட்டுப்படுத்தத் தேவையான சமூக விதிமுறைகள் பலவீனமடையும். இந்த சூழ்நிலையில், மக்களிற்க்கு அமைதியான, மகிழ்ச்சியான, நவீன உலகமயமாக்கப்பட்ட வாழ்க்கையை வாழ மதமற்ற நெறிமுறைகள் தேவைப்படும்.

21 ஆம் நூற்றாண்டிலிருந்து ஒரு மகிழ்ச்சியான வாழ்க்கையை எவ்வாறு வாழ்வது

2,000 ஆண்டுகள் பழமை வாய்ந்த தமிழறிஞர்களான திருவள்ளுவர், ஔவையார் (அத்தியாயம் 2ல் குறிப்பிட்டுள்ளபடி) ஆகியோரின் படைப்புகளை உரிய நெறிமுறைகளுக்கான அடிப்படையாக நான் பரிந்துரைக்கிறேன். இந்த தத்துவவாதிகளின் ஒழுக்க நெறிகள் அந்த நேரத்தில் ஒரு அடிப்படை, எளிய வாழ்க்கையை வாழ்வதற்கான ஒரு வழிமுறையாக தெளிவாக எழுதப்பட்டுள்ளன. அவர்களின் படைப்புக்கள் இன்றும் புத்திசாலித்தனமான வாழ்க்கையை நடத்த செல்லுபடியாகும். நாம் மிகவும் சிக்கலான புத்திசாலித்தனமான வாழ்க்கையை நடத்தினாலும், வாழ்க்கையின் சாராம்சம் அப்படியே உள்ளது.

அமைதியான, மகிழ்ச்சியான வாழ்க்கையை வாழ திருக்குறளை குறிப்பிட்டு அவரது ஒழுக்க நெறிகளைப் பின்பற்றுமாறு நான் கடுமையாக பரிந்துரைக்கிறேன். பெண் தத்துவஞானி 'ஔவையார்' குழந்தைகளுக்கான சிறந்த ஒழுக்கக் கோட்பாடுகளைப் கொடுத்துள்ளார்.

உங்களுக்கு ஏன் ஒழுக்கம் அல்லது தார்மீகக் கொள்கைகள் தேவை?

வெளிப்படையாக, நீங்கள் உங்கள் மனதையும் உங்கள் நடத்தையையும் கட்டுப்படுத்த வேண்டும். மனித மூளை தொடர்ந்து மேலும் மேலும் தகவல்களை செயலாக்குவதால், நீங்கள் உறுதியான உயர் ஒழுக்கக் கொள்கைகளுக்கு கட்டுப்படாவிட்டால் உங்கள் நிரந்தர மதிப்பீட்டை இழந்து பகுத்தறிவற்ற முறையில் நடந்து கொள்ள வேண்டிய கட்டாயம் ஏற்படும்.

சிவபெருமானும் அவரது சீடர்களும் யோகா மற்றும் தியானத்தின் மூலம் நம் மனதையும் உடலையும் எவ்வாறு கட்டுப்படுத்துவது என்பதை எங்களுக்குக் கற்பித்த்ள்ளனர். யோகா என்பது உடலுக்கும் மனதிற்கும் மிகவும் சக்திவாய்ந்த உடற்பயிற்சியாகும். யோகா பயிற்சிகளின் பல்வேறு நிலைகள் சுவாச நுட்பங்களுடன் இணைக்கப்பட்டுள்ளன. நீங்கள் யோகாவை சரியாகக் கற்றுக்கொள்ள வேண்டும், கண்டிப்பாக ஒரு ஆசிரியரின் (குரு) வழிகாட்டுதலுடன்.

தியானம் என்பது யோகாவுக்கு கூடுதலாகும். ஒரு தகுதிவாய்ந்த ஆசிரியரின் (குரு) வழிகாட்டுதலுடன் இதை நீங்கள் சரியாகக் கற்றுக்கொள்ள வேண்டும். நீங்கள் அடிப்படை யோகா பயிற்சி செய்த பிறகு அமைதியான சூழலில் தியானத்தை பயிற்சி செய்வது நல்லது.

கூடுதலாக, அமைதியான மகிழ்ச்சியான வாழ்க்கையை நடத்த நீங்கள் உயர்ந்த ஒழுக்கக் கொள்கைகளைப் பின்பற்ற வேண்டும். வாழ்வதற்கான அடிப்படைத் தேவைகளைப் பூர்த்தி செய்வதன் மூலம் எளிய உயர்ந்த தார்மீக வாழ்க்கையை வாழ முயற்சி செய்யுங்கள். இந்த அணுகுமுறையில் நீங்கள் அமைதியான மற்றும் மகிழ்ச்சியான வாழ்க்கையை வாழ முடியும். நீங்கள் பல செயல்பாடுகளை உள்ளடக்கிய ஒரு சிக்கலான வாழ்க்கையை நடத்தினால், நீங்கள் அமைதியற்றவராகி அமைதியான மற்றும் மகிழ்ச்சியான, புத்திசாலித்தனமான வாழ்க்கையை வாழ போராடலாம்.

ஒரு பெரிய வீட்டில் வாழ்வதன் மூலம் சிக்கலான வாழ்க்கையை வாழ வேண்டிய அவசியமில்லை. எதிர்காலத்தில் குடும்பங்கள் மிகச் சிறிய குடும்பங்களாக சுருங்கிவிடும். நீங்கள் வாழ்வதற்கு பெரிய வீடு தேவையில்லை. உங்களுக்கு நகரத்தில் இரண்டு அல்லது மூன்று படுக்கையறைகள் கொண்ட சிறிய வீடு அல்லது கிராமத்தில் ஒரு 'பங்களா' மட்டுமே தேவை. உங்களுக்கு பல படுக்கையறைகள் கொண்ட மாளிகை தேவையில்லை.

அடுத்த மூன்று அதிகாரங்களில், 10, 11 மற்றும் 12ல், இந்த சிக்கலான தொழில்நுட்ப உலகில் ஒரு புத்திசாலித்தனமான வாழ்க்கையை நடத்த கூடுதல் தார்மீக கொள்கைகளை நீங்கள் காண்பீர்கள். இந்த தலைப்புகளில் மீண்டும் மதமற்ற ஒழுக்க நெறிகள் உள்ளன.

இந்த சமூக-பொருளாதார பகுப்பாய்வு உங்கள் வாழ்க்கை முறையை எளிமைப்படுத்த உங்கள் சமூகத்தின் சமூக கட்டமைப்பைப் பற்றிய பயனுள்ள புரிதலை வழங்கும்.

அத்தியாயம் 10

தனிநபர்கள்

நீங்கள் ஒரு செயற்கை நுண்ணறிவு 'ரோபோ' இயந்திரம் அல்லது மனித 'ரோபோவாக' இருந்தால், உங்களுக்கு தனிப்பட்ட வாழ்க்கை இல்லை. நீங்கள் உணர்வுபூர்வமான வாழ்க்கையை நடத்துவதில்லை. உங்களிடம் அகநிலை அறிவு இல்லை. உங்களுக்கு ஒரு சமூக வாழ்க்கை இருந்தாலும், உங்கள் வாழ்க்கை புறநிலை அறிவை அடிப்படையாகக் கொண்டது. நீங்கள் ஒரு புறநிலை அறிவு அடிப்படையிலான வாழ்க்கையை நடத்தும்போது, நீங்கள் சமூக நெறிமுறைகளைப் பின்பற்ற வேண்டும்.

நீங்கள் ஒரு உயிரியல் மனிதராக இருந்தால், நீங்கள் ஒரு நனவான வாழ்க்கையை நடத்துகிறீர்கள். நீங்கள் ஒரு தனித்துவமான நபர் என்பதை நீங்கள் அறிந்திருக்க வேண்டும். நீங்கள் ஒரு தனிநபராகப் பிறந்தீர்கள், உங்கள் வாழ்க்கையின் இறுதி வரை ஒரு தனிநபராகவே இருப்பீர்கள். உங்கள் வாழ்க்கை பிரபஞ்சத்தால் முன்கூட்டியே தீர்மானிக்கப்படுகிறது மற்றும் இயற்கை விதிகளால் நிர்வகிக்கப்படுகிறது, ஏனெனில் நீங்கள் முழு பிரபஞ்சத்தின் ஒரு சிறிய பகுதியாக இருக்கிறீர்கள். நீங்கள் ஒரு நனவான வாழ்க்கையை நடத்துவதால், உங்கள் வாழ்வில் ஒரு சில மாற்றங்களை மட்டுமே செய்ய முடியும். உங்கள் வாழ்க்கைப் போக்கை உங்களால் மாற்ற முடியாது. உங்கள் வாழ்க்கை என்பது இந்த உலகில் இருப்பது. இது நீங்கள் இறக்கும் போது முடிவடைகிறது.

பௌதிக வாழ்க்கையைத் துறந்தாலும் நீங்கள் தனியாக வாழ முடியாது. நீங்கள் ஒரு சமுதாய உயிரினம்; பரஸ்பர நன்மைகள் மற்றும் புரிதலின் அடிப்படையில் உங்கள் சக மனிதர்களுடன் நீங்கள் உறவுகளை உருவாக்க வேண்டும். மகிழ்ச்சியான வாழ்க்கையை வாழ நீங்கள் உயர்ந்த ஒழுக்கக் கொள்கைகளைப் பின்பற்ற வேண்டும். உங்கள் வாழ்க்கையை வாழ்ந்து முடிக்க தார்மீக ரீதியாக நீங்கள் கடமைப்பட்டுள்ளீர்கள். நீங்கள் உங்களை நேசிக்க வேண்டும்; உங்களால் முடிந்தவரை

உங்களை நீங்களே கவனித்துக் கொள்ள வேண்டும். நீங்கள் மற்றவர்களுக்கு சுமையாக இருக்கக்கூடாது.

குடும்பம் மற்றும் குழந்தைகள்

குடும்பமே உங்கள் வாழ்க்கையை நடத்துவதற்கான சிறந்த வழி, ஏனென்றால் நீங்கள் தனித்து வாழ முடியாது மற்றும் மகிழ்ச்சியாக இருக்க முடியாது. நீங்கள் தனித்து வாழ வேண்டிய சிறப்பு மருத்துவ காரணங்கள் இல்லாவிட்டால் நீங்கள் தனிமையில் மனச்சோர்வுடன் இருப்பீர்கள். பெரும்பாலான மனிதர்கள் வாழ்க்கைத் துணையுடன் வாழ விரும்புவார்கள். சட்டப்பூர்வமான திருமணமான குடும்பமாகவே வாழ்வார்கள். சட்டப்பூர்வமான திருமணமான குடும்பம் அடுத்த தலைமுறையினரை அமைதியான மகிழ்ச்சியான சூழலில் ஒழுக்கக் கொள்கைகளைப் பின்பற்றி உருவாக்கும். இதன் மூலம் சமுதாயத்தை ஒரு ஒழுங்கமைக்கப்பட்ட வடிவமாக அமைக்கலாம்.

ஒரே பாலினத்தவருடன் இணைந்து வாழ்க்கையை நடத்துவது முற்றிலும் இயற்கைக்கு மாறான வழியாகும். இது சமுதாயத்தில் ஒரு வாழ்க்கையை வாழும் பொறுப்பற்ற வழியாகும். ஒரு அழகான 'ஆண்ட்ராய்டுடன்' வாழ்வது கூட சமுதாயத்துடன் வாழ்க்கையை நடத்தும் பகுத்தறிவற்ற மற்றும் ஏற்றுக்கொள்ள முடியாத, அர்த்தமற்ற வழியாகும். இது சமுதாய அமைப்பில் முறிவை உருவாக்கும். செயற்கை நுண்ணறிவு 'ரோபோக்களை' ஒரு குடும்ப அமைப்பில் ஒருங்கிணைக்க நீங்கள் முயற்சிக்கக்கூடாது, ஏனெனில் இது மனித நாகரிகத்தின் அனைத்து விதிமுறைகளையும் உடைக்கும்.

அடுத்த தலைமுறையை மறுஉற்பத்தி செய்து சமுதாயத்திற்கு பங்களிக்க வேண்டிய தார்மீக கடமை உங்களுக்கு உள்ளது. இல்லையெனில் மனிதகுலம் அழிந்துவிடும் - எனவே உங்களுக்கு தந்தை, தாய் மற்றும் குழந்தைகளைக் கொண்ட ஒரு குடும்பம் தேவை. இதை அணுக்கரு குடும்ப முறைமை என்பார்கள். மனித வரலாற்றில், நாம்

முக்கியமாக மூன்று வெவ்வேறு குடும்ப அமைப்புகளைக் கடைபிடித்துள்ளோம்:

ஒற்றை மணம் கொண்ட அணுக்கரு குடும்பம் என்பது மிகவும் உணர்ச்சி ரீதியாக சமநிலையான குடும்ப அமைப்பாகும். ஒற்றைத் தாய் குழந்தைகளைத் தனியாக வளர்க்கும் ஒரு தாய்வழிக் குடும்பம், உணர்ச்சி ரீதியாக சமநிலையற்ற குழந்தைகளை உருவாக்கக்கூடும், இது தவறான நடத்தைக்கு வழிவகுக்கும்.

உங்கள் சொந்த குழந்தைகளை நீங்கள் தாங்கி வளர்க்க வேண்டும். பெற்றோர் இருவரும் தங்கள் சொந்த குழந்தைகளை வளர்ப்பது தார்மீக பொறுப்பு. இந்த பொறுப்பை நீங்கள் மற்றவர்களுக்கோ அல்லது சமுதாயத்திற்கோ ஒப்படைக்கக் கூடாது.

நீங்கள் குழந்தைகளை செயற்கையாக உருவாக்கக்கூடாது, ஏனென்றால் அது காலவரையற்ற நிகழ்வுகளால் நிர்வகிக்கப்படும். இயற்கை விதிகளுக்கு எதிராக செயல்படும். நாம் ஏற்கனவே போதுமான அளவு உலக மக்கள் தொகையைக் கொண்டுள்ளோம்.

மகிழ்ச்சியான மற்றும் நிலையான குடும்பம் குழந்தைகளை வளர்ப்பதற்கான சிறந்த சூழலாகும். இது மிகச் சிறந்த நிரூபிக்கப்பட்ட குடும்ப அமைப்பு மற்றும் மனித நாகரிகத்தின் வெற்றிக்கு மிகவும் உகந்தது.

நீங்கள் குடும்ப வாழ்க்கைக்கு ஏற்றவராக இல்லாமல், சரியான உயிரியல் அல்லது உளவியல் காரணங்கள் இருந்தால், குடும்ப வாழ்க்கையில் ஈடுபட வேண்டாம்.

உங்களால் குழந்தைகளை வளர்க்க முடியாவிட்டால், நீங்கள் குழந்தைகளை உருவாக்கக்கூடாது, ஆனால் நீங்கள் சுயநலவாதி மற்றும் ஒரு கோழை. அடுத்த தலைமுறையை வளர்ப்பதற்கான உங்கள் தார்மீக பொறுப்புகளில் இருந்து நீங்கள் ஓடிவிடுகிறீர்கள்.

பிள்ளைகள் தங்கள் பெற்றோருக்கு அதிக அன்புடனும் பாசத்துடனும் கீழ்ப்படிய வேண்டும்

மற்றும் மதிக்க வேண்டும். நீங்கள் உங்கள் பெற்றோரை மோசமாக நடத்தக்கூடாது. அவர்கள் நோய்வாய்ப்பட்டிருக்கும்போதோ அல்லது வயதானவராகவோ இருக்கும்போது அவர்களைக் கவனிக்க உங்களுக்கு தார்மீக பொறுப்புகள் உள்ளன. நீங்கள் அவர்களை உடல் ரீதியாக கவனித்துக்கொள்ளலாம் அல்லது சமூக ரோபோக்களை வாடகைக்கு அமர்த்தலாம்.

குடும்பப் பிரச்சினைகள் அதிகரித்து வருவதாலும், பலர் தங்கள் உணர்ச்சிகளின் அடிப்படையில் விவாகரத்து செய்ய முடிவு செய்வதாலும் குடும்ப அமைப்பு ஆபத்தில் உள்ளது. உங்களுக்கு குழந்தைகள் இருந்தால், விவாகரத்து குழந்தைகளுக்கு மீளமுடியாத சேதத்தை ஏற்படுத்தும். குடும்பப் பிரச்சினைகளுக்கு பல காரணங்கள் உள்ளன. அடிப்படை பிரச்சினை ஒருவருக்கொருவர் தகவல்தொடர்பு மற்றும் புரிதல் இல்லாதது. கணவன் மனைவிக்கிடையே பணப் பிரச்சினைகள் ஏற்படலாம். விபச்சாரம் மற்றும் குடும்பத்தின் பிற உறுப்பினர்களின் குறுக்கீடு ஒரு ஜோடியின் மன அமைதி மற்றும் மகிழ்ச்சியில் பாதகமான விளைவுகளை ஏற்படுத்தும்.

மனிதர்கள் ஒருவருக்கொருவர் தீங்கு விளைவிக்காமல் ஒரு அழகான குடும்ப வாழ்க்கையை வாழ முடியும். தம்பதிகள் ஒன்றாக ஒட்டிக்கொள்வதையும், தங்கள் வாழ்க்கையின் இறுதி வரை தங்கள் வாக்குறுதிகளை நிறைவேற்றுவதையும் உறுதி செய்ய வேண்டும். குடும்ப முறிவுகள் குறிப்பாக சிறு குழந்தைகளுக்கு பாதகமான விளைவை ஏற்படுத்தும் மற்றும் அவர்களின் மன ஆரோக்கியத்தையும் மன அமைதியையும் சேதப்படுத்தும். குழந்தைகள் வளர ஒரு அமைதியான குடும்ப சூழலை வழங்க நீங்கள் தார்மீக ரீதியாக கடமைப்பட்டுள்ளீர்கள். வீட்டில், குறிப்பாக குழந்தைகள் முன் தேவையற்ற வாக்குவாதங்கள் மற்றும் குடும்ப வன்முறையைத் தவிர்க்க வேண்டும். நீங்கள் ஒரு புத்திசாலித்தனமான வாழ்க்கையை நடத்தும்போது, ஒருவருக்கொருவர் அதிக புரிதல் மூலம் குடும்ப வாழ்க்கையில் எந்த தடைகளையும் சமாளிக்க முடியும்.

உலகெங்கிலும் வாழ்க்கைத் தரம் உயர்ந்துள்ளதால், மக்கள் சராசரியாக நீண்ட காலம் வாழ்வார்கள். இதன் விளைவாக, இளைய தலைமுறையினர் வெளிப்படையாக குறைந்து வருவதால் முதுமையை அடையும் மக்களின் எண்ணிக்கை வியத்தகு அளவில் அதிகரிக்கும். மூத்தவர்களைக் கவனித்துக்கொள்வது நமது தார்மீகக் கடமை. பாரம்பரியமாக, குடும்பம் வீட்டில் வயதானவர்களை கவனித்துக்கொள்கிறது. இந்த வேகமான வாழ்க்கை முறையில், யாரும் யாருக்கும் உதவ மாட்டார்கள். குழந்தைகள் தங்கள் அத்தியாவசியப் பணிகளைச் செய்ய நிர்பந்திக்கப்படுவார்கள். தற்போது, முதியவர்களைக் கவனித்துக்கொள்வது குடும்பங்களுக்கும் அதிகாரிகளுக்கும் ஒரு சவாலான பிரச்சினையாகும்.

எதிர்காலத்தில், செயற்கை நுண்ணறிவு பொருளாதார அமைப்பில், ரோபோக்கள் முதியோர் இல்லங்களில் உள்ள முதியவர்களைக் கவனித்து, அவர்களின் உறவினரைக் கவனிக்கும் சுமையிலிருந்து குடும்பத்தை விடுவிக்கும். இது வயதானவர்கள் கூட புத்திசாலித்தனமான வாழ்க்கையை வாழவும், தங்கள் ஞானத்தை அடுத்த தலைமுறையுடன் பகிர்ந்து கொள்ளவும் உதவும். வயதான உறவினர்களை சந்திப்பதன் மூலம் குடும்பம் மிகவும் மகிழ்ச்சியாகவும் அமைதியான வாழ்க்கையை வாழவும் முடியும். பேரக்குழந்தைகளும் அவர்களைப் பார்க்கச் செல்வதில் மகிழ்ச்சியடைவார்கள்.

அன்பும் நட்பும்

எதிர் பாலினத்தவரை காதலிப்பது ஒரு அற்புதமான உணர்வு, ஆனால் நீங்கள் கடைசி வரை காதலில் இருப்பதை உறுதி செய்ய வேண்டும். இது ஒரு இயற்க்கையான உந்துதலால் ஏற்ப்படுகிறது. காதல் சக்தி வாய்ந்தது மற்றும் உங்கள் கற்பனையைத்

தூண்டும். காதல் உங்களை யதார்த்தத்திலிருந்து இழுத்துச் செல்லும். காதல் விவகாரத்தை உடைப்பது உங்கள் மனதில் ஆழ்மன நிலைக்குச் செல்வதால் உங்களுக்கு பாதகமான விளைவை ஏற்படுத்தும். இதனால்தான் உங்கள் காதல் விவகாரத்தை நீங்கள் ஒருபோதும் மறக்க மாட்டீர்கள்.

அடிப்படையில், அடுத்த தலைமுறையை இனப்பெருக்கம் செய்வதற்கான உயிரியல் இயற்கை தேவையின் ஒரு பகுதியாக காமம் உள்ளது. பிற தாழ்ந்த-வரிசை உயிரினங்கள் மறு உற்பத்தி செய்ய உடலுறவைப் பயன்படுத்துகின்றன, ஆனால் மனிதர்கள் இதற்கு அப்பால் செல்கிறார்கள். காமம் மிகவும் சக்திவாய்ந்த உணர்வுகளை உருவாக்குகிறது. இது பாலியல் ஆசைகளை பூர்த்தி செய்ய தனிநபர்களை ஊக்குவிக்கும் மற்றும் கட்டுப்படுத்த முடியாத, பைத்தியக்கார நிலைக்கு வழிவகுக்கும். காமம் இன்பம் மற்றும் வலி கோட்பாடுகளுடன் இணைந்துள்ளது.

உடலுறவில் மன மகிழ்ச்சியை அடைய முடியாது. மகிழ்ச்சியானது நீண்ட காலமானது, அமைதியான வாழ்க்கையை வாழ்வதன் மூலம் அடையக்கூடியது. உடலுறவில் குறுகிய கால உணர்ச்சி இன்பத்தை மட்டுமே நீங்கள் அடைவீர்கள்.

தேவையற்ற கர்ப்பம் மற்றும் வலிமிகுந்த கருக்கலைப்பு சூழ்நிலையைத் தவிர்க்க பாலியல் செயல்களில் ஈடுபடுவதற்கு முன்பு நீங்கள் உங்களைக் கட்டுப்படுத்த வேண்டும் மற்றும் உயர் ஒழுக்கக் கொள்கைகளைப் பின்பற்ற வேண்டும். உங்களுக்கு வாழ சுதந்திரம் உள்ளது, ஆனால் சமூகத்திற்கு தீங்கு விளைவிக்க நீங்கள் இதை தவறாகப் பயன்படுத்தக்கூடாது, ஏனென்றால் உங்களுக்கும் சமூக பொறுப்புகள் கடமைகள் உள்ளன.

புத்திசாலித்தனமான வாழ்க்கையை நடத்த உங்களுக்கு நண்பர்கள் தேவை. நட்பை உருவாக்க மற்றவர்களுடன் சரிசெய்யவும் பதிலளிக்கவும் நீங்கள் கற்றுக்கொள்ள வேண்டும். உங்கள் நண்பர்களைத் தேர்ந்தெடுக்கும்போது நீங்கள் கவனமாக இருக்க வேண்டும்:

ஒழுக்கக்கேடானவர்களுடன் நட்பு கொள்வது உங்கள் வாழ்க்கையில் பேரழிவு விளைவுகளை ஏற்படுத்தும்.

அறிவார்ந்த வாழ்க்கையை வாழும் ஒருவரின் சமூக வட்டம் சிறியதாக இருக்கும். குடும்ப அளவுகள் சுருங்கி, குடும்ப உறுப்பினர்கள் உலகம் முழுவதும் சிதறிக் கிடப்பதால், குடும்ப நிகழ்வுகளுக்கு கூட சமூகமயமாக்கலுக்கு உங்களுக்கு நண்பர்கள் தேவை. உங்கள் உணர்ச்சிகளை பகிர்ந்து கொள்ள உங்களுக்கு சிறந்த நண்பர்கள் இருக்க வேண்டும்.

மனிதர்களும் இயற்கையும்

நாம் இயற்கையிலிருந்து பரிணமித்து, இயற்கையின் ஒரு பகுதியாக இருப்பதால், இதிலிருந்து நம்மை அந்நியப் படுத்தக்கூடாது, நாம் ஒருபோதும் அமைதியாகவும் மகிழ்ச்சியாகவும் இருக்க முடியாது.

நீங்கள் இயற்கையுடன் வாழ முயற்சிக்க வேண்டும். தொழில்நுட்பம் கிடைப்பதால், நீங்கள் கிராமப்புற வாழ்க்கைக்குத் திரும்பி உண்மையான இயற்கை உலகத்துடன் வாழலாம் . நீங்கள் அதிக மக்கள்தொகை கொண்ட நகரங்களை உருவாக்கி சுற்றுச்சூழலை மாசுபடுத்தக்கூடாது. நெரிசலான நகரங்களில் இனி வாழ வேண்டிய அவசியமில்லை. தொழில்நுட்பம் கிடைப்பதால், நீங்கள் உலகில் எங்கிருந்தும் வேலை செய்யலாம்.

பூமியில் உள்ள மற்ற உயிரினங்கள்

எமது கீழ்மட்ட உயிரினங்கள் மீது அன்பும் பாசமும் இருக்க வேண்டும். வீட்டு விலங்குகள் மிக உயர்ந்த தரத்திற்கு பராமரிக்கப்பட வேண்டும், அவை அபரிமிதமான அன்புடனும் பாசத்துடனும் பதிலளிப்பார்கள். உங்கள் கீழ்மட்ட சக உயிரினங்களிற்க்கு தீங்கு விளைவிக்கும் வகையில் நீங்கள் செயல்படக்கூடாது. அவர்களின் வாழ்க்கையை அழிக்க உங்களுக்கு உரிமை இல்லை.

செல்லப்பிராணிகளாக உங்கள் மகிழ்ச்சிக்காக வீட்டு விலங்குகள் மற்றும் பறவைகளை கூண்டில் வைக்கக்கூடாது. இது மிகவும் சுயநலமான நடத்தையாகும். அவர்களை அடிமைப்படுத்துவது நியாயமல்ல. அவர்கள் இயற்கையுடன் சுதந்திரமாக வாழ வேண்டும். அவர்களுக்கு எவ்வித தடையுமின்றி சுதந்திரமாக வாழ்வதற்கான உரிமையுண்டு. அவர்களின் வாழ்க்கை முறை எந்த சூழ்நிலையிலும் பாதிக்கப்படக் கூடாது.

உங்கள் தொழில்னுட்ப்ப திறன்களைப் பயன்படுத்தி குறுக்கு இனப்பெருக்கம் செய்ய முயற்சிக்கக்கூடாது. இந்த சோதனைகள் தேவையில்லை, ஏனெனில் உங்கள் வரம்புகளை நீங்கள் அறிந்திருக்க வேண்டும், மேலும் நீங்கள் இயற்கையை எவ்வளவு தூரம் மாற்ற முடியும் என்பதை அறிந்திருக்க வேண்டும். கீழ்நிலை உயிரினங்களுக்கான உங்கள் நடவடிக்கைகளின் காரணத்தையும் விளைவையும் உங்கள் செயல்களின் தாக்கங்களையும் சரியாகப் புரிந்துகொள்ள உங்களுக்கு வரையறுக்கப்பட்ட பரிமாண அறிவு மட்டுமே உள்ளது.

ஆய்வக நிலையில் உங்கள் சொந்த ஆராய்ச்சிக்கான அறிவியல் பரிசோதனைகளுக்கு நீங்கள் அவற்றைப் பயன்படுத்தக்கூடாது. இது மிகவும் முன்னேறிய மனிதர்கள் புத்திசாலித்தனமான வாழ்க்கையை நடத்தும் நாகரிகமான செயல் அல்ல. உண்மையில், ஆய்வக பரிசோதனைகளின் போது, இந்த தாழ்ந்த நிலை உயிரினங்களுக்கு நீங்கள் பெரும் வலியை ஏற்படுத்துகிறீர்கள். இந்த உயிரினங்கள் தங்கள் உணர்வுகளை வெளிப்படுத்த முடியாதவை, இது நியாயமானதல்ல.

அவை இங்கே உள்ளன மற்றும் உங்கள் உணவு சங்கிலி வாழ்க்கை சுழற்சியின் ஒரு பகுதியாக உள்ளன. அவர்களை அழிப்பதன் மூலம், நீங்கள் உங்கள் சக மனிதர்களையும் அழிப்பீர்கள். இது மாற்ற முடியாதது, ஏனெனில் அனைத்து உயிரினங்களின் வளர்ச்சியும் சுழற்சி செயல்பாட்டில் அமைந்துள்ளது.

உங்கள் சூழல் - உங்கள் கிரகம்

நீங்கள் இயற்கையின் ஒரு பகுதியாக இருக்கிறீர்கள், இது உடையக்கூடியது மற்றும் பிரபஞ்சத்திற்குள் இயக்கத்தின் சமநிலையில் உள்ளது. இந்த பூமியின் இயக்க சமநிலையை மாற்ற நீங்கள் செயல்படக்கூடாது, இல்லையெனில் ஒரு நொடிக்குள் இந்த கிரகத்தில் அனைத்தும் எதுவும் அழிந்துவிடும்.. நீங்கள் இயற்கையால் உருவாக்கப்பட்டவர்கள், எனவே இயற்கை மற்றும் சுற்றுச்சூழல் மீது அன்பும் அக்கறையும் இருக்க வேண்டும். பலவீனமான வளிமண்டலம் மற்றும் அதிக உணர்திறன் கொண்ட வானிலை அமைப்பு உடையது எமது கிரகம், புவி வெப்பமயமாதல் காரணமாக பாதகமான வானிலை நிலைமைகளை நாம் ஏற்கனவே அனுபவித்து வருகிறோம். வளிமண்டலத்தை மாசுபடுத்தி, புவி வெப்பமயமாதலை அதிகரிக்கும் எரிபொருள் ஆற்றலுக்கு மாற்றாக பசுமை ஆற்றலைப் பயன்படுத்தி நாம் பொறுப்புடன் நடந்து கொள்ள வேண்டும்.

நீங்கள் இயற்கைக்கு எதிராக செயல்படக்கூடாது, நீங்கள் அவ்வாறு செய்தால், இயற்கையால் அழிக்கப்படுவீர்கள். நீங்கள் ஒரு வசதியான வாழ்க்கையை வாழ மட்டுமே இயற்கையை வடிவமைக்க முடியும்; அதை மாற்ற முடியாது. நமது பூமியை கடுமையாக சேதப்படுத்தும் எந்த செயலையும் நீங்கள் தவிர்க்க வேண்டும். பூமியின் இயற்கை வளங்களை நீங்கள் தவறாகப் பயன்படுத்தக்கூடாது மற்றும் குறுகிய கால லாபங்களுக்காக கிரகத்தை மாசுபடுத்தக்கூடாது.

இந்த கிரகம் சிறியது. அதிக மக்கள் தொகைக்கு அதிக வளங்களுக்கான தேவை அதிகரிக்கும். இது இறுதியில் இந்த கிரகத்தை அழிக்கும். மக்கள்தொகையை அதிகரிக்க நீங்கள் செயல்படக்கூடாது. இந்த உலகத்தை அதிக மக்கள்

தொகைக்கு உட்படுத்தவும், இந்த உலகின் வளங்களை வெளியேற்றவும் நீங்கள் பின்தங்கிய மதிப்புகளில் ஒட்டிக்கொள்ளக்கூடாது. நமது கிரகம் விரைவில் வளங்கள் இல்லாமல் போகக்கூடும்.

நீங்கள் ஒரு உயர்-வரிசை உயிரினமாக இருப்பதால், ஒரு உணர்வு தாவரங்கள் உட்பட பிற தாழ்ந்த நிலை உயிரினங்களுக்கான சூழலை கவனித்துக் கொள்ள வேண்டிய தார்மீக பொறுப்பு உங்களுக்கு உள்ளது. நீங்கள் பொறுப்பற்ற முறையில் செயல்பட்டு அவற்றை அழிக்கவோ அல்லது மாற்றவோ முயற்சிக்கக்கூடாது. பிரபஞ்சத்தில், தொடங்கும் அனைத்தும் முடிவுக்கு வருகின்றன. ஒரு நாள், இந்த கிரகம், அதன் அனைத்து உயிர்கள் மற்றும் சூரிய மண்டலமும் அழிக்கப்படும். நீங்கள் அந்த நாளை ஊகிக்கக்கூடாது; நீங்கள் இதை இயற்கையான சக்தியிடம் விட்டுவிடலாம். எதிர்காலத்தை யாராலும் சரியாக கணிக்க முடியாது.

புதிய கண்டுபிடிப்புகள் மற்றும் தொழில்நுட்பங்களின் வளர்ச்சியில் ஈடுபடுபவர்கள் பூமியின் நிலையை மேம்படுத்த அவற்றைப் பயன்படுத்த வேண்டும். நாம் ஒரு உயர் தொழில்நுட்ப உலகத்திற்கு முன்னேறும்போது, நமது எரிசக்தி தேவை கணிசமாக அதிகமாக இருக்கும். எரிபொருள் ஆற்றலின் அடிப்படையிலான இயந்திரங்களை முற்றிலுமாக விடுத்து மின்சார அடிப்படையிலான இயந்திரங்களை உபயோகிக்க வேண்டும்.

விஞ்ஞானிகள் மற்றும் பொறியாளர்கள் துணிச்சலான சோதனைகளில் ஈடுபடுவதற்கு முன்பு இயற்கையைப் பற்றிய தத்துவ வழிகாட்டுதலைப் பின்பற்ற வேண்டும்.

அத்தியாயம் 11

அறிவார்ந்த வாழ்க்கையும் சமுதாயமும்

புத்திசாலித்தனமான வாழ்க்கையின் விரும்பத்தகாத விளைவு தனிமனிதவாதம் மற்றும் அராஜகவாதத்தைத் தூண்டி, சமூகக் கட்டுப்பாடு மற்றும் அறநெறிமுறைகளை அழிக்க வழிவகுக்கும். சமுதாயம் சிதைந்து, அனைத்து சமூக அமைப்புகளும் வீழ்ச்சியடையும். இந்த நிலைமை ஒரு தார்மீக நெருக்கடி, சமூக அழிவு மற்றும் மனித நாகரிகத்தின் முடிவைத் தூண்டும். சுய-அழிவு, ஒழுக்கக்கேடான தனிப்பட்ட செயல்கள் நமது புத்திசாலித்தனமான வாழ்க்கையை முற்றிலுமாக அழித்துவிடும்.

மனிதன் ஒரு சமூக உயிரினம். நாம் முன்பு விவாதித்தபடி, புத்திசாலித்தனமான வாழ்க்கையை நடத்த உங்களுக்கு ஒரு நிலையான குடும்பம் தேவை. குடும்பம் வாழ ஒரு சமூகம் தேவை. உங்கள் சமூகத்தை கவனித்துக் கொள்ள தார்மீக ரீதியாக நீங்கள் பொறுப்புடையவர்கள். அதிகரித்த உலகமயமாக்கல் மற்றும் ஒரு உலக குடியுரிமை ஆகியவை பெரும்பாலும் ஒருங்கிணைக்கப்பட்ட மனித சமுதாயத்தை உருவாக்கும். எல்லா தனிமனிதர்களும் உயர்ந்த ஒழுக்க நெறிகளைக் கடைபிடித்தால், இந்த உலகில் மகிழ்ச்சியாகவும் அமைதியாகவும் அறிவார்ந்த வாழ்க்கையை வாழக்கூடிய ஒரு இணக்கமான சமுதாயத்தை உருவாக்க முடியும்.

சமூக நிறுவனங்கள் - கல்வி

அறிவார்ந்த வாழ்க்கையை மேற்கொள்ள கல்வி மிக முக்கியம். கல்வி இலவசமாகவும், உலகில் உள்ள அனைவருக்கும் பரவலாகக் கிடைக்க வேண்டும்.

அனைத்து கல்வி நிறுவனங்களும் உயர் தரத்திற்கு அரசாங்கங்களால் நிர்வகிக்கப்பட வேண்டும், குழந்தைகளுக்கு சிறு வயதிலிருந்தே ஒழுக்க நெறிகளை கட்டாய பாடமாக கற்பிக்க வேண்டும் (முன்பு குறிப்பிட்டபடி ஔவையாரின் போதனைகள் உட்பட).

சேமிக்கப்பட்ட அனைத்து நுண்ணறிவு சாதனங்களையும் குழந்தைகள் பயன்படுத்த தடை விதிக்க வேண்டும். குழந்தைகளுக்கு குறைந்த தரமான தகவல்களை ஒளிபரப்பவோ, பரப்பவோ கூடாது என்பதற்காக அனைத்து ஊடக தளங்களும் கட்டுப்படுத்தப்பட வேண்டும். குழந்தைகள் தங்கள் சொந்த மூளையைப் பயன்படுத்தி கற்றுக்கொள்வதற்கும் பிரச்சினைகளைத் தீர்ப்பதற்கும் பயிற்சி அளிக்க வேண்டும். அவர்கள் படிக்கவும் கற்றுக்கொள்ளவும் வழிகாட்டப்பட வேண்டும். உயர்ந்த செயற்கை நுண்ணறிவால் நடத்தப்படும் ஒரு வலிமையான உயர் தொழில்நுட்ப உலகின் செயல்பாடுகளைப் புரிந்து கொள்ள அறிவியல் ரீதியாக உண்மையான அறிவை உருவாக்க அவர்கள் ஊக்குவிக்கப்பட வேண்டும். குழந்தைகளுக்கு கணிதத்தைக் கற்றுக்கொடுப்பதன் மூலம் அவர்களின் புத்திசாலித்தனத்தை மேம்படுத்த வேண்டும். அறிவார்ந்த வாழ்க்கையை நடத்துவதற்கு இன்றியமையாத அவர்களின் வாய்மொழி மற்றும் எழுத்துப்பூர்வ தகவல்தொடர்பு திறன்களை மேம்படுத்த அவர்களுக்கு கற்பிக்க வேண்டும்.

மலிவான பத்திரிகை உள்ளடக்கம் மற்றும் ஒழுக்கக்கேடான விளம்பரங்கள் ஊடகங்கள் முற்றிலுமாக தடை செய்யப்பட வேண்டும்; இது மக்களின் மனதை சீர்குலைத்து ஒரு உலக சமுதாயத்தை சிதைக்கும். அதி உயர் செயற்கை நுண்ணறிவுடன் இணைந்து பணியாற்றவும் கட்டுப்படுத்தவும் சமூகத்திற்கு மிகவும் திறமையான பொறியாளர்கள் தேவை. உயர்ந்த அறிவுசார் வாழ்க்கையை நடத்த மக்களை ஊக்குவிக்க வேண்டும் மற்றும் ஆதரிக்க வேண்டும்.

மக்களுக்கு அதிக ஓய்வு நேரம் இருப்பதால், அவர்கள் தொழிலாளர் சந்தையில் போட்டித்தன்மையுடன் இருக்க தங்களைக வளப்படுத்த கற்றுக்கொள்ள வேண்டும். தொழில்நுட்ப முன்னேற்றத்திற்காக

ஆராய்ச்சி மற்றும் மேம்பாடுகள் ஊக்குவிக்கப்பட வேண்டும் மற்றும் மேற்கொள்ளப்பட வேண்டும். இது அதி உயர் செயற்கை நுண்ணறிவுடன் அனைத்து பகுதிகளிலும் உள்ள மக்களின் வளர்ச்சிக்கு உதவும். விஞ்ஞானிகள் மற்றும் பொறியாளர்கள் ஆராய்ச்சி மற்றும் மேம்பாட்டை மேற்கொள்ள ஊக்குவிக்கப்பட வேண்டும். சிந்திப்பதற்கும் எழுதுவதற்கும் அரசாங்கம் உரிமை உத்தரவாதம் அளிக்க வேண்டும்.

சமுதாய நிறுவனங்கள் - மதம்

நாம் முன்பே வரையறுத்தபடி, மதம் என்பது ஒரு வாழ்க்கை முறை. ஒரு மத வாழ்க்கையை நடத்த கடவுள் (கள்) மீது நம்பிக்கை வைக்க வேண்டிய அவசியமில்லை. நாம் முன்பு விவாதித்தது போல, மக்கள் புத்திசாலித்தனமான வாழ்க்கையை வாழ வரும்போது, மேலும் மேலும் மக்கள் நாத்திகர்களாகவே மாறுகிறார்கள். புதிய உயர் தொழில்நுட்ப உலகின் வாழ்க்கை முறைக்கு ஏற்ற ஒரு புதிய மத முறையை சமுயதாயம் உருவாக்கும். இந்த புதிய பூகோளமயமாக்கப்பட்ட மதம், தற்போதுள்ள கடவுளை அடிப்படையாகக் கொண்ட பழைய மதங்களை மாற்றும்.

மக்களுக்கு மேலும் மேலும் ஓய்வு நேரம் இருப்பதால், இந்த நவீன மதத்தின் மூலம் சமூகமயமாக்கலில் ஈடுபடுவதை அவர்கள் ஒரு வாழ்க்கை முறையாக அனுபவிப்பார்கள். அவர்கள் புதிய மத நிறுவனங்களைப் பின்பற்றுவார்கள், மகிழ்ச்சியான சமூக வாழ்க்கையை எவ்வாறு பராமரிப்பது என்பதற்கான வழிகாட்டுதலைத் தேடுவார்கள்.

சமுதாய நிறுவனங்கள் - பாரம்பரியங்கள் மற்றும் பண்பாடுகள்

நாம் முன்பு பார்த்தது போல, தொழில்நுட்ப உலகம் மக்களை ஒரு உலக குடிமகனாக ஒருங்கிணைக்கும் மற்றும் உலக குடிமக்களுக்கு ஒற்றை பிரதான பண்பாட்டை நிறுவும். தமிழ் மற்றும் சீன மக்கள் போன்ற பிற பழைய நிறுவப்பட்ட சமுதாயங்கள், தனித்துவமான துணை பண்பாடுகளையும் பாரம்பரியங்களையும் உலக பாரம்பரியத்தின் ஒரு பகுதியாக வைத்திருக்க ஊக்குவிக்கப்படும். பண்பாடுகள் சமூக மதிப்புகளைக் கொண்டுள்ளன மற்றும் ஒழுக்க நெறிகளை சமூக விதிமுறைகளாக செயல்படுத்துகின்றன. இந்த உலகளாவிய குடிமகன் பண்பாட்டிற்கான அடிப்படையை உருவாக்க தமிழ் தத்துவஞானி 'திருவள்ளுவரின்' (அத்தியாயம் 2 ஐப் பார்க்கவும்) மதமற்ற முன்னேறிய தார்மீகக் கொள்கைகளைப் பின்பற்றுவது நல்லது.

சமுதாய நிறுவனங்கள் - கலை மற்றும் பொழுதுபோக்கு

மக்களுக்கு ஏராளமான ஓய்வு நேரம் இருப்பதால், சலிப்பைத் தவிர்க்க இந்த ஒற்றை உலக சமுதாயத்திற்கு கலைகள் மற்றும் பொழுதுபோக்குகள் கிடைக்க வேண்டும். இல்லாவிடில் இது உளவியல் பிரச்சினைகளை உருவாக்கக்கூடும்.

நடனம் மற்றும் இசை உள்ளிட்ட உன்னதமான கலைகள் பொழுதுபோக்காக அனைத்து மக்களுக்கும் கிடைக்க வேண்டும்.

மனித மூளை மிகவும் வளர்ச்சியடைந்துள்ளதால், செவ்வியல் தமிழ் இசை மற்றும் பரதநாட்டிய நடனம் உலகெங்கிலும் கிடைக்க வேண்டும், இது மக்கள் ஓய்வெடுக்க உதவும்.

மூளை மிகவும் வளர்ந்துள்ளதால் செவ்வியல் இசையைக் கேட்க பரிந்துரைக்கிறேன்:

மூளை மிகவும் வளர்ந்துள்ளதால், மூளையைக்
கட்டுப்படுத்துவதும் ஓய்வெடுப்பதும் மிகவும்
கடினம். நீங்கள் நரம்பியல் நோயாளியாக மாறலாம்,
இது பல்வேறு உளவியல் பிரச்சினைகளை
ஏற்படுத்தும். உங்கள் மூளையின் செயல்பாடுகளை
நீங்கள் நிதானமாகவும் அமைதியாகவும் வைத்திருக்க
வேண்டும்.

மலிவான பொழுதுபோக்கு மற்றும் உணர்ச்சி
பூர்வமான இசை முற்றிலுமாக தடை செய்யப்பட
வேண்டும். இது குழந்தைகளின் மனதைக்
கெடுத்துவிடும், அவர்கள் மிக உயர்ந்த அறிவார்ந்த
வாழ்க்கையை நடத்த தங்களைத் தயார்படுத்திக்
கொள்ள வேண்டும்.

மக்கள் தங்கள் மேம்பட்ட வாழ்க்கை முறைக்கு
ஏற்றதாக கலைகள் மற்றும் பொழுதுபோக்குகளை
மறுவரையறை செய்வார்கள். பொழுதுபோக்குக்கு
மக்களுக்கு என்ன தேவைப்படும் என்பதை நீங்கள்
கணிக்க முடியாது. எதிர்காலத்தில் பொழுதுபோக்கு
மற்றும் தளர்வுக்கு ஏற்ற கலைகளை மக்கள் மீண்டும்
கண்டுபிடிப்பார்கள்.

மக்கள் ஒன்றுகூடல்களில் ஓய்வெடுக்க உதவும் வகையில் செயல்திறன் கலைகள் ஊக்குவிக்கப்பட வேண்டும். செயற்கை நுண்ணறிவு மக்களுக்கு ஓய்வெடுக்க சிக்கலான செயல்திறன் கலைகளை வழங்கும்.

நீங்கள் அதிக வேகமான இசையைத் தவிர்க்க வேண்டும். இந்த வகை இசையைக் கேட்பதன் மூலம் நீங்கள் ஓய்வெடுக்க முடியாது. நண்பர்களுடன் ஒரு சாதாரண நடனத்திற்குச் செல்ல இளைஞர்களுக்கு இந்த இசை பொருத்தமானதாக இருக்கலாம், ஆனால் இந்த வகை உயர் வேகமான இசையுடன் அவர்களால் ஓய்வெடுக்க முடியாது.

நீங்கள் சும்மா இருக்கும்போது குறைந்த தரமான இசை உங்கள் மூளையை மீண்டும் மீண்டும் இயக்கும். இது உங்களுக்கு நல்லதல்ல, மேலும் உங்கள் கற்றல் மற்றும் படிப்பு நேரத்தை மோசமாக பாதிக்கும்.

உயர் தொழில்நுட்ப உலகில் போட்டித்தன்மையுடன் இருக்க நீங்கள் தொடர்ந்து கற்றுக்கொள்ள வேண்டும்.

அத்தியாயம் 12

அறிவார்ந்த வாழ்க்கையும் பொருளாதாரமும்

செயற்கை நுண்ணறிவு பொருளாதாரம் மனிதகுலத்திற்கு குறிப்பிடத்தக்க முன்னேற்றத்தைக் வழங்கும். இந்த வகையான பொருளாதாரத்தில் உள்ள மக்கள் மிக உயர்ந்த தரத்தில் வாழ்வார்கள்; அவர்கள் செல்வந்தராகவும் செல்வச்செழிப்புடனும் இருப்பார்கள். செயற்கை நுண்ணறிவு இயந்திரங்களின் ஆதரவுடன் மக்கள் உயர் தொழில்நுட்ப புத்திசாலித்தனமான வாழ்க்கையை மேற்க்கொள்வார்கள்.

இந்த பொருளாதாரம் அதிஉயர் செயற்கை நுண்ணறிவு மூலம் நிர்வகிக்கப்பட்டு கட்டுப்படுத்தப்படும் ஏராளமான பொருட்கள் மற்றும் உயர்தர சேவைகளுடன் ஒரு நிலையான மற்றும் அமைதியான வாழ்க்கையை கொடுக்கும்.

முதலாளித்துவம்

முதலாளித்துவம் மிகவும் வெற்றிகரமான மற்றும் திறமையான பொருளாதார அமைப்பு, ஆனால் இது ஒரு நியாயமான அமைப்பு அல்ல. உற்பத்திச் சாதனங்கள் மற்றும் சேவைகளின் உரிமையாளர்களான முதலாளியால் தொழிலாளர்களை சுரண்டுவதற்கு இந்த முறைமை அனுமதிக்கிறது.

சந்தை முதலாளித்துவம் என்பது மிகவும் ஆற்றல்மிக்க மற்றும் வக்கிரமான அமைப்பாகும். இது தவிர்க்க முடியாமல் அடிக்கடி பொருளாதார 'ஏற்றம் மற்றும் வீழ்ச்சியை' தூண்டுகிறது. இறுதியில், முதலாளித்துவம் அதிக உற்பத்தி மற்றும் குறைந்த நுகர்வு நிலைமையின் அடிப்படையில் சரியும்.

அதிக வேலையின்மை சூழ்நிலைகளில் வாழும் மக்களுக்கு பொருளாதார மந்தநிலை ஒரு கசப்பான அனுபவமாக இருக்கும். வாழ்க்கைச் செலவுகளின் உயர்வு மக்கள் மீது எதிர்மறையான தாக்கத்தை ஏற்படுத்தும்.

ஒரு அறிவார்ந்த சமுதாயத்திற்காக, முதலாளித்துவம் மக்களுக்கு ஒரு தாராளமான மற்றும் நியாயமான அமைப்பை பின்பற்ற வேண்டும்; இந்த வழியில், மக்கள் பொருட்கள் மற்றும் சேவைகளை வாங்குவதற்கான வழிவகைகள் இருப்பதால், இந்த அமைப்பு சீர்குலைந்துவிடாது.

உலகமயமாக்கல்

உலகமயமாதல் வழங்கும் வாய்ப்புகளைப் பயன்படுத்தி, ஏழை நாடுகளிலிருந்து மலிவான பொருட்கள் மற்றும் சேவைகளை வாங்க சர்வதேச முதலாளிகள் இதை பயன்படுத்துகிறார்கள். இது ஏழை நாடுகளிடையே நிச்சயமற்ற தன்மையை அதிகரிக்கும், இறுதியில் பெரிய நாடுகள் சிறிய பொருளாதார நாடுகளை பொருளாதர ரீதியாகவும் அரசியல் ரீதியாகவும் ஆதிக்கம் செலுத்த வழிவகுக்கும். பெரிய முதலாளித்துவ நாடுகள் சிறிய பொருளாதார நாடுகளை தங்கள் திறனுக்கு மேல் கடன் வாங்க கட்டாயப்படுத்தும், இறுதியில் அதிகரித்த கடன்களால் சிறிய பொருளாதார நாடுகள் திவால் நிலையை அறிவிக்க கட்டாயப்படுத்தும். இந்த நியாயமற்ற பொருளாதார நிலைமை உலகின் சிறிய பொருளாதார நாடுகளை முற்றிலுமாக அழிக்க அச்சுறுத்துகிறது.

செயற்கை நுண்ணறிவு அடிப்படையிலான பொருளாதாரம் உலகெங்கிலும் மலிவு செலவுகளுடன் ஏராளமான பொருட்கள் மற்றும் சேவைகளைக் கொண்ட ஒரு பொருளாதாரத்தை வழங்கும். கிட்டத்தட்ட அனைத்து பொருட்கள் மற்றும் சேவைகள் முழுமையாக தானியங்கி மற்றும் செயற்கை நுண்ணறிவு ரோபோக்களால் இயக்கப்படும். உற்பத்தி சாதனங்களின் உரிமையாளர்களே செயற்கை நுண்ணறிவு தொழில்துறை ரோபோக்களின் உரிமையாளர்கள்.

84

செயற்கை நுண்ணறிவு இயந்திரங்கள் உற்பத்தி மற்றும் சேவைத் துறைகளில் மனித தொழிலாளர்களுக்கு பதிலாக செயல்படும். இது உலகம் முழுவதும் பாரிய வேலையின்மை பிரச்சினைக்கு வழிவகுக்கும்.

செயற்கை நுண்ணறிவுப் பொருளாதாரம் என்பது உலக மக்கள் தொகை முழுவதையும் ஆளுவதற்கு செல்வந்தர்கள் மற்றும் சக்திவாய்ந்த நபர்களின் மேல்தட்டு வர்க்கத்தை உருவாக்கும். தேசிய எல்லைகள் மறைந்துவிடும். எந்த வடிவத்தில் இருந்தாலும் அரசாங்கங்கள் சக்தியற்றதாகிவிடும், மேலும் சமூகங்களுக்குள் உள்ள சமத்துவமின்மைகள் பணக்காரர்களையும் ஏழைகளையும் ஆழமாகப் பிரிக்கும். பெரும்பாலான மக்கள் வேலையின்றி இருப்பார்கள், ஏழைகளுக்கு பொருட்கள் மற்றும் சேவைகளை வாங்க எந்த வழியும் இருக்காது. இது தவிர்க்கவியலாமல் செயற்கை நுண்ணறிவு பொருளாதார அமைப்பின் சரிவுக்கு வழிவகுக்கும்.

பெரும் செல்வந்தர்கள் ஏழை மக்களின் கடுமையான யதார்த்தங்களை ஏற்றுக்கொள்வதன் மூலம் தங்களை நியாயப்படுத்திக் கொள்ளக்கூடிய ஒரே வழி, அவர்கள் மிகப்பெரிய தனிப்பட்ட செல்வத்தை குவிக்க வேண்டிய அவசியமில்லை, உண்மையில், இது மக்கள் செல்வம். உலகளாவிய நலத் திட்டத்தை நடத்துவதற்காக தங்கள் செல்வத்தின் பெரும் சதவீதத்தை உலக அரசாங்கத்திற்கு கொடுக்க தார்மீக ரீதியாக அவர்கள் கடமைப்பட்டுள்ளனர். இவர்கள் இலாபத்தில் ஒரு சிறிய சதவீதத்தை தங்கள் சாதனைகளுக்கு வெகுமதியாக வைத்துக் கொள்ளளாம். மக்களின் வன்முறை எழுச்சி மற்றும் தவிர்க்க முடியாத எதிர்ப்பை எதிர்கொள்ளாமல் செயற்கை நுண்ணறிவு பொருளாதாரம் உயிர்பிழைக்க இதுதான் ஒரே வழி.

பாரிய வேலையின்மை மற்றும் உலகளாவிய நலன்புரி திட்டம்

மகிழ்ச்சியாக இருக்க, நீங்கள் வேலை செய்ய வேண்டும், இதனால் உங்கள் நேரம்

ஆக்கிரமிக்கப்படுகிறது. சும்மா இருந்து ஜட வாழ்க்கையை வாழ முடியாது.

தொழில்நுட்பம் முன்னேறும்போது, உடல் மற்றும் மூளை வேலைகளைச் செய்யும் அதிகமான மக்கள் நமக்குத் தேவையில்லை. பாரிய வேலையின்மை அதிகரிக்கும், இது வறுமை மற்றும் பட்டினிக்கு வழிவகுக்கும். இதை எதிர்கொள்ள, உலகளாவிய நலன்புரி நடவடிக்கைகள் உலக குடிமக்களுக்கு நடைமுறையில் இருக்க வேண்டும். இந்த முறைமையால் மக்கள் வாழ்வதற்கு அடிப்படைக்கு போதுமானதை மட்டுமே வழங்க முடியும்.

இது பணக்காரர்களுக்கும் ஏழைகளுக்கும் இடையிலான இடைவெளியை அதிகரிக்கும். மனித சமுதாயம் ஒரு பெரும் பணக்கார உயரடுக்கினரால் ஆழமாகப் பிரிக்கப்படும், செயற்கை நுண்ணறிவு ஏழைகள் புத்திசாலித்தனமான வாழ்க்கையை நடாத்த போராடும். மேட்டுக்குடியினர் உயர்ந்த தார்மீகக் கொள்கைகளைப் பின்பற்ற வேண்டும் மற்றும் மீதமுள்ள மக்களை கவனித்துக் கொள்ள வேண்டும்.

தனிநபர்கள் மகத்தான செல்வத்தை குவிக்க உலக அரசாங்கம் அனுமதிக்கக் கூடாது.

மனித உழைப்பு மற்றும் செயற்கை நுண்ணறிவு 'ரோபோ' உழைப்பு

பொருட்கள் மற்றும் சேவைகளின் உற்பத்தியின் கிட்டத்தட்ட அனைத்து துறைகளிலும் மனித உழைப்பு 'ரோபோ' இயந்திரங்களால் மாற்றப்படும்.

உற்பத்தி மற்றும் விநியோகச் செலவு மிகக் குறைவு, ஆனால் பாரிய வேலையின்மை மக்களின் வாங்கும் சக்தியைக் குறைக்கும். இது ஒரு நிலையற்ற பொருளாதார சூழ்நிலையை உருவாக்கும், மேலும் முன்னர் குறிப்பிட்ட அதிக உற்பத்தி மற்றும் குறைந்த நுகர்வு நிலைமை காரணமாக பொருளாதாரம் வீழ்ச்சியடையும். உற்பத்திச் செலவு மிகக் குறைவாக இருந்தாலும், உலக மக்கள்தொகையில் பெரும்பாலோர் வறுமையில் மூழ்குவார்கள். வறியவர்களைக் கவனித்து வறுமையை ஒழிப்பதற்கு

உலக அரசாங்கத்துடன் தேவையற்ற செல்வத்தை மேட்டுக்குடியினர் பகிர்ந்து கொள்ள வேண்டும்.

மக்களின் தேவையற்ற துன்பங்களையும் துயரங்களையும் தவிர்க்க, உலக மக்கள்தொகையைக் குறைப்பதே மற்றொரு சிறந்த தீர்வாக இருக்கும். எதிர்காலத்தில், மக்கள் நீண்ட காலம் வாழ்வதால் பிரசவத்தை தாமதப்படுத்துவதன் மூலம் யாருடைய உணர்வுகளுக்கும் தீங்கு விளைவிக்காமல் மக்கள் தொகை கட்டுப்பாட்டை எளிதில் அடைய முடியும்; குழந்தை பிறப்பை தாமதப்படுத்துவதற்கு நாம் அனைவரும் பொறுப்பேற்க வேண்டும். முதிர்ச்சியடைந்த வயதில் நாம் குழந்தைகளைப் பெறலாம். இந்த அணுகுமுறை பல தசாப்தங்களுக்குள் உலக மக்கள்தொகையை கணிசமாகக் குறைக்கும்.

இந்த அணுகுமுறையில் குழந்தை பிறப்பு வீதத்தைக் குறைப்பதன் மூலமும், பின்னர் மனித மக்கள்தொகையைக் குறைப்பதன் மூலமும் தொழில்நுட்ப உலகிற்கு குறைவான மனிதர்களைக் கொண்டிருக்க உதவும், இதனால் பாரிய வேலையின்மை மற்றும் மகிழ்ச்சியின்மை ஒழிக்கப்படும். குறைக்கப்பட்ட மக்கள் தொகை பூமியின் வளங்களை குறைவாகப் பயன்படுத்தும் என்பதால், நமது கிரகமும் ஆரோக்கியமான வடிவத்தில் இருக்கும்.

செல்வம் உருவாக்கம்

உங்கள் அடிப்படைத் தேவைகளைப் பூர்த்தி செய்ய போதுமான வருமானத்தை மட்டுமே நீங்கள் உருவாக்க வேண்டும்; இதை விட அதிகமாக சம்பாதிக்க மற்றவர்களை சுரண்டுவதன் மூலம் நீங்கள் அதிகப்படியான செல்வத்தை உருவாக்க வேண்டிய அவசியமில்லை. தனிநபர்கள் அதிகப்படியான செல்வத்தை குவிக்க அரசாங்கம் அனுமதிக்கக்கூடாது. தங்கள் அடிப்படைத் தேவைகளை விட தனிப்பட்ட செல்வத்தை உருவாக்க விரும்புவோருக்கு கடுமையான வரி

விதிப்பை செயல்படுத்துவதன் மூலம் செல்வ உருவாக்கத்தை கட்டுப்படுத்த முடியும்.

செயற்கை நுண்ணறிவு பொருளாதாரம், செயற்கை நுண்ணறிவு மூலம் கட்டுப்படுத்தப்பட்டு நிர்வகிக்கப்படும், எனவே செல்வ உருவாக்கத்தையும் செயற்கை நுண்ணறிவால் கட்டுப்படுத்தலாம். இது உலக குடிமக்களிடையே சமத்துவத்தை நிலைநிறுத்துவதோடு சமூக நல்லிணக்கத்தையும் பராமரிக்க உதவும். செல்வம் வைத்திருக்கும் ஆசையைத் தவிர்ப்பதன் மூலம் தனிநபர்கள் அமைதியையும் மகிழ்ச்சியையும் பராமரிக்க முடியும்.

வறுமையும் பட்டினியும்

செயற்கை நுண்ணறிவு பொருளாதாரம் தவிர்க்க முடியாத வெகுஜன வேலையின்மை சூழ்நிலையை உருவாக்கும், ஏனெனில் பெரும்பாலான மனித தொழிலாளர்கள் செயற்கை நுண்ணறிவு ‘ரோபோ’ இயந்திரங்களால் மாற்றப்படுகிறார்கள். செயற்கை நுண்ணறிவு பொருளாதாரம் மற்றும் உலக அரசாங்க அமைப்பில் சேராதவர்கள் வறுமையையும் பட்டினியையும் எதிர்கொள்ள நேரிடும்.

உலக அரசாங்கம் வேலையற்ற மக்களின் பாரிய வன்முறை ஆர்ப்பாட்டங்களையும் நாசவேலை நடவடிக்கைகளையும் எதிர்கொள்ளும். வறுமை மற்றும் பட்டினி நிலைமையைக் கட்டுப்படுத்த ஒரு உலகளாவிய நலன்திட்ட முறை முழுமையாக செயல்படுத்தப்பட வேண்டும். வறுமை மற்றும் பட்டினியை முற்றிலுமாக தவிர்ப்பது சாத்தியமில்லை, ஏனெனில் உலகளாவிய நலன்திட்டம் ஒரு வாழ்வாதார மட்ட ஆதரவை மட்டுமே வழங்கும். மேலும், அனைத்து தேவைகளையும் பூர்த்தி செய்ய உலகளாவிய நலன்திட்த்தை அதிகரிக்க முடியாது. யதார்த்தமாக, மக்களிடையே அமைதி மற்றும் ஸ்திரத்தன்மையை பராமரிப்பது ஒரு சவாலாக இருக்கும்.

அனைத்து குடிமக்களும் புத்திசாலித்தனமான வாழ்க்கையை நடாத்த முன்வரும் பொழுது,

செயற்கை நுண்ணறிவு பொருளாதார அணுகுமுறை சாத்தியமானதாக இருக்கலாம். உண்மையில், இது நிறுவ நீண்ட காலம் எடுக்கும். தற்போதைய பொருளாதார அமைப்பிலிருந்து செயற்கை நுண்ணறிவு பொருளாதார முறைக்கு மாறும் காலகட்டத்தில், மக்கள் தங்களைப் பாதுகாத்துக் கொள்ள உலக குடிமக்கள் அரசாங்கத்தில் சேர முன்முயற்சி எடுக்க வேண்டும். துரதிர்ஷ்டவசமாக, உயர் தொழில்நுட்ப உலக வாழ்க்கை முறையில் சேர மறுப்பவர்கள் கைவிடப்பட்டு வறுமையையும் பட்டினியையும் எதிர்கொள்ள நேரிடும்.

வாழ்க்கையில் நிச்சயமற்ற தன்மைகளைத் தவிர்ப்பது எப்படி

தற்போது, பெரும்பாலான மக்களுக்கு நிச்சயமற்ற தன்மைகளால் வாழ்க்கை கடினமானதாகிவிட்டது, இதில் மிக முக்கியமாக பொருளாதாரத்தின் ஏற்ற இறக்கங்கள் மற்றும் தனிப்பட்ட நிதி நிலைமைகளில் ஏற்படும் மாற்றங்கள் ஆகியவை அடங்கும். வேலை நிச்சயமற்ற தன்மை மற்றும் நிதி பாதுகாப்பின்மை ஆகியவை சந்தை முதலாளித்துவ அமைப்புமுறையின் யதார்த்தங்களாகும். செயற்கை நுண்ணறிவு பொருளாதார அமைப்பில் கூட இந்த நிலைமை அப்படியே இருக்கும், ஏனெனில் குறைவான வேலை கிடைக்கும். அடிப்படை வாழ்வாதார நிலையை ஆதரிக்கும் உலகளாவிய நலன்திட்ட முறையுடன் மக்கள் உயிர்வாழ வேண்டும்.

வேலை நிச்சயமற்ற தன்மையைத் தவிர்ப்பதற்கான வழி, நீங்கள் தேர்ந்தெடுத்த துறையில் உங்கள் திறமையை உருவாக்கி, இளம் வயதிலேயே வேலை சந்தையில் ஒரு திறமையான நிபுணராக மாற வேண்டும். இரண்டாவது அணுகுமுறை பல சிக்கல்களை ஏற்படுத்தக்கூடிய நிதி நிச்சயமற்ற தன்மைகளைத் தவிர்ப்பதற்காக எளிமையான

வாழ்க்கை முறைமையை பின்பற்றி வாழ வேண்டும். வேலை மற்றும் நிதி நிச்சயமற்ற தன்மையால் குடும்ப வாழ்க்கை கடுமையாக பாதிக்கப்படும்.

உங்கள் வயதான காலத்தில், ஓய்வு பெற்ற பிறகு உங்களுக்கு ஓய்வூதிய வருமானம் கிடைப்பதை உறுதி செய்யுங்கள். செயற்கை நுண்ணறிவு பொருளாதார அமைப்பில், 'ரோபோக்கள்' உங்கள் வயதான காலத்தில் உங்களை கவனித்துக் கொள்ளும்.

அரசியல் பொருளாதார சக்தி

'கார்ல் மார்க்ஸ்' கூறியது போல, பொருளாதார ரீதியாக ஆதிக்கம் செலுத்தும் மக்கள் எப்போதும் அரசியல் ரீதியாகவும் ஆதிக்கம் செலுத்துவார்கள். செயற்கை நுண்ணறிவு பொருளாதார உலகில், ஐக்கிய நாடுகள் சபை ஒரு உலக அரசாங்கமாக மாற்றப்படும், இது உலகின் குடிமக்களையும் அவர்களின் நலனையும் கவனித்துக்கொள்வதற்கு மிகவும் சக்திவாய்ந்ததாக மாறும். ஒரு ஒற்றை பணம் நடைமுறையில் இருக்கும் மற்றும் பொருட்கள் மற்றும் சேவைகளை வாங்க இலத்திரன் நாணயத்தைப் பயன்படுத்தி பணமில்லா சமுதாயத்தை உருவாக்கும்.

முழு உலகையும் தனி அலுவகத்தினால் நிர்வகிக்க முடியாது. மக்கள் தொகை கணிசமாகக் குறைந்திருக்கலாம் என்பதால், செயற்கை நுண்ணறிவால் உலகம் நிர்வகிக்கக்கூடிய பிராந்தியங்களாக பிரிக்கப்பட வேண்டும். நடைமுறையில், இந்த பிராந்தியங்கள் அதிஉயர் செயற்கை நுண்ணறிவுடன் உலக அரசாங்கத்தின் பிராந்திய சக்தியின் ஒரு பகுதியாக நிர்வகிக்கப்படும்.

தேசிய எல்லைகள் படிப்படியாக மறைந்துவிடும். தேசிய இராணுவம் தேவையில்லை. உலகைப் பாதுகாக்கவும், இயற்கை பேரழிவு சூழ்நிலைகளில் அதன் குடிமக்களைக் கவனிக்கவும் உலக அரசாங்கம் ஒரு உலக ஆயுதப் படைகளைக் கட்டுப்படுத்தும். உலகளாவிய நலன்திட்டம் அமைப்பின் மூலம் உலக

குடிமக்களைக் கவனிப்பதற்கு ஏராளமான வளங்கள் சேமிக்கப்படும்.

உலக அரசாங்கம் அதிஉயர் செயற்கை நுண்ணறிவு உடன் மிகவும் தகுதி வாய்ந்த நிபுணர்களால் நிர்வகிக்கப்படும். ஊழல் மற்றும் சுயநலம் கொண்ட அரசியல் கட்சிகள் மற்றும் அரசியல்வாதிகள் தேவையில்லை. ஜனநாயக நாடுகள் என்று அழைக்கப்படுவதில், உலகெங்கிலும் உள்ள அரசியல்வாதிகளும் அரசியல் கட்சிகளும் மக்களை கவனிக்க முற்றிலும் தவறிவிட்டன. பணக்காரர்கள், ஏழைகள் என்ற பாகுபாட்டை அவர்கள் ஒழிக்கவில்லை.

உலகளாவிய அடையாளத்துடன் கூடிய உலக குடிமக்கள் உலக அரசாங்கத்தால் அதிஉயர் செயற்கை நுண்ணறிவு உடன் பராமரிக்கப்படுவார்கள். முன்பு குறிப்பிட்டபடி, மக்கள் ஒரே அடையாளத்துடன் அவர்கள் விரும்பும் உலகின் எந்தப் பகுதிக்கும் பயணம் செய்ய சுதந்திரமாக இருப்பார்கள் என்று நான் கணிக்கிறேன். அவர்கள் விரும்பும் உலகின் எந்தப் பகுதியிலும் அவர்கள் வாழ முடியும். எந்த கட்டுப்பாடும் இல்லை.

நாம் முன்பு விவாதித்தபடி, அனைத்தும் ஒரு சுழற்சி வளர்ச்சி அடிப்படையை நோக்கி நகர்கின்றன. வேட்டையாடும் மற்றும் சேகரிக்கும் சமூகத்தில் உள்ளவர்கள் (பண்டைய கம்யூனிச சமூகத்தின் ஒரு பகுதியாக எந்த கட்டுப்பாடுகளும் இல்லாமல் சுற்றித் திரிபவர்கள்) போல், இன்று புத்திசாலித்தனமான வாழ்க்கையை நடத்தும் உயர் தொழில்நுட்ப சமுதாயத்திலும் இருப்பார்கள். அனைத்து மக்களும் சுதந்திரமாக நடமாட வேண்டும் மற்றும் உலகின் எந்தப் பகுதியிலும் வாழ வேண்டும் என்பதைக் கருத்தில் கொள்வது சுவாரஸ்யமானது. உலகம் மக்களுக்கு சொந்தமானது. அவர்கள் சுதந்திரமாக நடமாடலாம் மற்றும் அவர்கள் விரும்பும் இடத்தில் வாழலாம். ஒரு உலகக் குடிமகனாக அவர்கள் பிறப்பு உரிமையை நிறுத்த எவருக்கும் உரிமை இல்லை.

வேலையில் உள்ள குடிமக்கள் உலக அரசாங்கத்திற்கு குறைந்தபட்ச வரி செலுத்த வேண்டும், மேலும் உற்பத்தி சாதனங்களின் உரிமையாளர்களிற்க்கு கடுமையாக வரி விதிக்கப்பட வேண்டும் மற்றும்

அதிகப்படியான செல்வத்தை குவிக்க அனுமதிக்கப்படக்கூடாது. ஊழல் அரசியல் கட்சிகள் எதுவும் இருக்காது: செயற்கை நுண்ணறிவு பொருளாதார அமைப்பு ஊழல் முறையை முற்றிலுமாக ஒழிக்கும்.

மக்கள் சமமாக நடத்தப்படுவார்கள், அவர்கள் செழிப்பதற்கு சம வாய்ப்புகள் வழங்கப்படும். பொருத்தமான வேலையைக் கண்டுபிடித்து செழிப்பதற்கு நீங்கள் தேர்ந்தெடுத்த துறையில் சரியான திறன்களுடன் நீங்கள் திறமையானவராக இருக்க வேண்டும். நீங்கள் தோல்வியுற்றால், உலகளாவிய நலன்திட்ட அமைப்பு உயிர்வாழ்வதற்கான அடிப்படை வாழ்வாதார அளவிலான வருமானத்தை உங்களுக்கு வழங்கும், ஆனால் இது செழிப்பதற்கு போதுமானதாக இருக்காது. நீங்கள் உங்கள் திறன்களை புதுப்பிக்க வேண்டும்.

இந்த உலகில், உங்கள் நண்பர்கள் மற்றும் குடும்பத்தினரைத் தவிர வேறு எவரும் உங்களது வாழ்க்கைப் போராட்டத்திலிருந்து நீங்கள் வெளியேற உங்களுக்கு உதவ முன் வரமாட்டார்கள்.

அத்தியாயம் 13

மனிதர்களும் நமது அறிவார்ந்த வாழ்க்கையின் வரம்புகளும்

நாம் இந்த கிரகத்தில் பரிணமித்ததால், நமது எல்லைகள் பூமியின் நிலைமைகளால் விதிக்கப்படுகிறது. நமது உயிரியல் உடம்பு இங்கு பரிணமித்ததால், மற்ற கிரகங்களின் விசித்திரமான நிலைமைகளைச் சமாளிக்க மாற்ற முடியாது. பூமி போன்ற நிலைமைகளைக் கொண்ட கிரகங்களுக்கு மட்டுமே நம் உடம்பு தகவமைத்துக் கொள்ளும். செவ்வாய் போன்ற கிரகங்கள் அல்லது பால்வீதியில் உள்ள பிற கிரகங்களில் வாழ நம் உடம்பின் பூமி நிலைமைகளைப் பாதுகாத்து பராமரிக்க வேண்டும். நமது உயிரியல் உடம்பு, அதன் வரம்புகளுடன், நட்சத்திரங்களுக்கு இடையில் பயணிக்கவும், பிரபஞ்சத்தில் உள்ள பூமி போன்ற பிற கிரகங்களில் குடிஏற எடுக்கும் கோடிக்கணக்கான ஒளியாண்டுகள் கால பிராயணத்தை சமாளிக்க போராடக்கூடும்.

எங்கள் வரையறுக்கப்பட்ட பரிமாண அறிவை நாங்கள் நிரூபித்துள்ளோம். நாம் நீளம், அகலம், உயரம் மற்றும் நேரம் ஆகியவற்றின் பரிமாணங்களை மட்டுமே புரிந்து கொள்ள முடியும். பிரபஞ்சத்தில் பல்வேறு பரிமாணங்களும் உள்ளன. 21 ஆம் நூற்றாண்டில் நமது அறிவு நான்கு பரிமாணங்களுக்குள் மட்டுமே வரையறுக்கப் பட்டுள்ளது. எதிர்காலத்தில், நமது அறிவை நான்கு பரிமாண அறிவை விட அதிகமாக கட்டமைக்க முடியும். நாம் நமது அறிவை 11 பரிமாணங்கள் மற்றும் நேரம் வரை கட்டமைக்க முடியும் : மொத்தத்தில், 12 பரிமாணங்கள். பல பரிமாண கணித மாதிரிகள் கிடைக்கின்றன. பிரபஞ்சம் மாறும் மற்றும் காலவரையற்ற செயல்முறைகளில் இயங்குகிறது. பிரபஞ்சத்தில், அனைத்தும் ஒப்பீட்டளவில் நகர்கின்றன மற்றும் இயக்க சமநிலையை பராமரிக்கின்றன. பிரபஞ்சம் மிகவும் வன்முறையானது மற்றும் நம்பமுடியாத வேகத்தில் நகர்கிறது.

இது ஒரு ஒழுங்கான முறையில் பாதுகாப்பற்ற முறையில் ஒழுங்கமைக்கப்பட்டுள்ளது. பல கோடிக்கணக்கான நட்சத்திரங்கள் உள்ளன. ஒவ்வொரு விண்மீனுக்கும் கிரக அமைப்புகள் உள்ளன. கிரகங்கள் அனைத்தும் நட்சத்திரங்களைச் சுற்றி வரும் நிலையில் வைக்கப்படுகின்றன. நட்சத்திரங்கள் கருந்துளைகளைச் சுற்றி வருகின்றன மற்றும் இயக்க சமநிலையைப் பராமரிக்கின்றன.

செயற்கை நுண்ணறிவு (AI) வரம்புகள்

செயற்கை நுண்ணறிவு மனித மூளையின் நீட்டிப்பாக பரிணமித்தது, ஆனால் அதற்கும் அதன் சொந்த வரம்புகள் உள்ளன. இது இப்போது நம் மூளைக்கு இருக்கும் வரையறுக்கப்பட்ட பரிமாண அறிவுடன் மட்டுமே செயல்படுமகிறது.

செயற்கை நுண்ணறிவால் இப்போது பல பரிமாண அறிவைப் புரிந்து கொள்ள முடியாது, ஆனால் எதிர்காலத்தில் பல பரிமாண அறிவைப் புரிந்துகொள்ள இது பரிணமிக்கும்.

செயற்கை நுண்ணறிவு வன்பொருள் சில நிபந்தனைகளில் மட்டுமே செயல்படும், அதாவது பூமி நிலைமைகளுக்கு மிகவும் ஒத்தவையாக இருக்க வேண்டும். தீவிர காந்த மற்றும் உயர் கதிர்வீச்சு சூழ்நிலையில், செயற்கை நுண்ணறிவு வன்பொருள் சரியாக வேலை செய்யத் தவறக்கூடும். நாம் முன்னெச்சரிக்கை நடவடிக்கைகளை எடுக்க வேண்டும்.

'வாயேஜர்' 1 மற்றும் 2 ஆகியவை நான்கு தசாப்தங்களுக்கும் மேலாக விண்வெளியில் குறுக்கீடுகளைத் தவிர்ப்பதன் மூலம் வெற்றிகரமாக பயணம் செய்து வருகின்றன. இருப்பினும், யதார்த்தமாக, செயற்கை நுண்ணறிவு வன்பொருள் பாதகமான அண்ட நிலைமைகளில் தோல்வியடையும். எந்தவொரு நீண்ட கால விண்வெளி பயண திட்டங்களிலும், இதை கருத்தில் கொள்ள வேண்டும். பிரபஞ்சம் முழுவதும் கதிர்வீச்சு நிறைந்துள்ளது. இது நீண்ட கால பயணத்தின் போது விண்வெளி வாகனங்கள் மற்றும் மனிதர்களை சேதப்படுத்தும். நாம் ஒளியை விட வேகமாக

94

பயணிக்க முயன்றால், எல்லாம் வெறுமையாகி விடும். இடமும் காலமும் பயனற்றதாகிவிடும், எதுவும் இருக்காது.

நமது சூரியன் பிரபஞ்சத்தில் ஒரு சிறிய நட்சத்திரம். நமது சூரிய மண்டலம் கிரகங்கள் சூரியனைச் சுற்றி வருகிறது. நாம் பால்வீதியில் இருக்கிறோம். நமது விண்மீன் மண்டலத்தில் கோடிக் கணக்கான பால்வீதிகள் உள்ளன. நமது விண்மீன் மண்டலத்தில் பூமியைப் போன்ற கோடிக் கணக்கான கிரகங்கள் இருப்பதற்கான சாத்தியக்கூறுகள் உள்ளன. பிரபஞ்சத்தில் கோடிக் கணக்கான விண்மீன் திரள்கள் உள்ளன.

பிரபஞ்சத்தில் சூரியனைப் போல பல கோடிக் கணக்கான நட்சத்திரங்கள் உள்ளன.

நாம் இதை முன்பே பார்த்தோம்: எங்கள் உயிரியல் உடலுக்கு அதன் சொந்த வரம்புகள் உள்ளன, மேலும் பிரபஞ்சத்தில் உள்ள பிற கிரகங்களில் குடி ஏறுவதற்காக நட்சத்திரங்களுக்கு இடையிலான பயணத்தை சமாளிக்க முடியாமல் போராடக்கூடும்.

நாம் நமது உயிரியல் உடம்பை மாற்றி, நமது உடம்பை 'எலக்ட்ரோமெக்கானிக்கலாக' மாற்றினால், பிரபஞ்சத்தில் பயணிக்க மற்றொரு உயிரினத்தை செயற்கையாக உருவாக்கி விடுவோம். அறியப்படாத இடங்களுக்கு பயணிக்க மற்றொரு உயிரினத்தை உருவாக்குவது விவாதத்திற்குரியது

95

மற்றும் அறநெறிமுறையற்றது. நமது உடம்பில் இந்த மாற்றங்களின் தாக்கங்கள் குறித்து நமக்கு அவ்வளவு உறுதியாகத் தெரியவில்லை. இத்தருணத்தில், நமது மட்டுப்படுத்தப்பட்ட அறிவைக் கொண்டு ஊகம் செய்வதை நாம் நிறுத்த வேண்டும்.

அறிவார்ந்த வாழ்க்கையின் சாராம்சம் பிரபஞ்சத்தில் ஒரே மாதிரியாக இருக்கும்

நாம் பூமியிலோ அல்லது பிற கிரகங்களிலோ இருந்தாலும், மனிதர்களாக நம் இருப்பைத் தொடர்கையில் புத்திசாலித்தனமான வாழ்க்கையின் சாராம்சம் அப்படியே இருக்கும். பிரபஞ்சத்திலும் நம் இருப்பைத் தொடர நாம் உயர்ந்த ஒழுக்கக் கொள்கைகளைப் பின்பற்ற வேண்டும்.

நாம் முன்பு பார்த்தது போல, நாம் மற்றொரு உயிரினத்தை உருவாக்கினால், புத்திசாலித்தனமான வாழ்க்கைக் கோட்பாட்டின் சாராம்சம் இந்த புதிய ஜீவனுக்காக மறுவரையறை செய்யப்பட வேண்டும். மற்றொரு உயிரினத்தை உருவாக்க எங்களுக்கு தார்மீக உரிமை இல்லை, ஆனால் நமது சொந்த இருப்பை பாதிக்கக்கூடிய எந்தவொரு நெறிமுறை விளைவும் இல்லாமல் மேம்பட்ட செயற்கை நுண்ணறிவு இயந்திரங்களை உருவாக்க முடியும். இந்த சிறந்த செயற்கை நுண்ணறிவு இயந்திரங்களால் எவ்வளவு தூரத்திற்கும் எந்த நேரத்திலும் பயணிக்க முடியும். அவர்கள் தங்கள் பணியின் போது ஏற்படும் தோல்விகள் அல்லது சிக்கல்களை சரிசெய்யும் திறன் கொண்டவர்கள்.

பிரபஞ்சத்தில் உள்ள மற்ற உயிரினங்கள் மற்றும் நாம்

நாம் முன்பு பார்த்தது போல, நமது சூரிய மண்டலங்களைப் போல பல கிரக அமைப்புகள் இருக்கலாம். நமது பால்வீதியில் முன்னேறிய

அல்லது தாழ்ந்த நிலை சக உயிரினங்கள் இருப்பதற்கான வலுவான வாய்ப்பு உள்ளது - மேலும் பிற விண்மீன் திரள்களிலும் பிரபஞ்சத்திலும் அதிக சாத்தியக்கூறுகள் உள்ளன.

அவர்களை நேரில் சந்திக்க பயணிக்க எம்மால் முடியுமா? இல்லை. இது எங்கள் திறனுக்கு அப்பாற்பட்டது. ஆனால் எங்கள் உயர் செயற்கை நுண்ணறிவு 'ரோபோக்களால்' அவற்றைப் பார்வையிடவும், எதிர்காலத்தில் நம்மை பிரதிநிதித்துவப் படுத்தி அவர்களுடன் தொடர்புகளை ஏற்ப்படுத்தவும் முடியும்.

பிரபஞ்சத்தில் சக உயிரினங்களின் தோற்றம்

பிரபஞ்ச விதி இந்த பிரபஞ்சத்தில் உள்ள அனைத்து உயிரினங்களுக்கும் பொருந்தும். பிரபஞ்சத்தில் சக உயிரினங்களின் தோற்றமும் வளர்ச்சியும் நம்முடையதைப் போலவே இருக்கலாம். பிரபஞ்சத்தில் உள்ள அனைத்து உயிரினங்களும் அது சரிந்து மீண்டும் தொடங்கும் வரை சுழற்சி வளர்ச்சியில் உள்ளன.

மற்ற பிரபஞ்ச வாசிகளைப் பற்றிய புரிதல்

தொழில்நுட்பம் மேலும் முன்னேறும்போது, குறிப்பாக செயற்கை நுண்ணறிவின் வளர்ச்சி நம் பிரபஞ்ச சகவாசிகளுடன் தொடர்பு கொள்ள வழிவகுக்கும்.

அனைத்து பிரபஞ்ச உயிர்களும் பிரபஞ்சத்தின் ஒரு பகுதியாகும் மற்றும் அடிப்படை கூறுகள், வேதியியல் கலவைகள் மற்றும் கூறுகளிலிருந்து கட்டப்பட்டுள்ளன. எல்லா உயிர்களும் சமம், அவர்கள் சமமாக நடத்தப்பட வேண்டும். எந்தவொரு மனிதனும் பிரபஞ்ச சகவாசிகளைப் அடிமைப் படுத்தக்கூடாது.

நாம் அனைவரும் இந்த பிரபஞ்சத்தில் சகோதர சகோதரிகளே. ஒரு சில கலைஞர்கள் நம் சக பிரபஞ்ச வாசிகளை அசிங்கமாக பயங்கரமான உயிரினங்களாக சித்தரிப்பது துரதிர்ஷ்டவசமானது. இது வெறும் கற்பனை. பிரபஞ்ச விதிகள் ஒரே மாதிரியானவை, அனைத்து அடிப்படை கூறுகளும் ஒரே மாதிரியானவை என்பதால், இந்த அடிப்படையில், நமது பிரபஞ்ச வாசிகளும் நம்மைப் போலவே தோன்றும் அழிக்கலாம். அனைத்தும் இயக்கச் சமநிலையில் இருப்பதால், உயிர் வாழும் அனைத்து உயிரினங்களும் பிரபஞ்ச விதிகளால் வடிவமைக்கப்படும்.

சக பிரபஞ்ச வாசிகளுடன் தொடர்பு கொள்ளுதல்

செயற்கை நுண்ணறிவினால் இந்த பிற உயிரினங்களுடன் தகவல்தொடர்புகளை நிறுவ முடியும். உயர் செயற்கை நுண்ணறிவு அவர்களின் மொழியை விரைவாகக் கற்றுக் கொள்ளும் மற்றும் அவர்களுடன் தகவல்தொடர்புகளை நிறுவும்.

நம்மை விட அதிக புத்திசாலித்தனமான வாழ்க்கையை நடத்தும் உயர் வரிசை சக பிரபஞ்ச வாசிகள் இருந்தால், அவர்களிடமிருந்து கற்றுக்கொள்வது சுவாரஸ்யமாக இருக்கும். *நித்தியன் தத்துவம்* பிரபஞ்சத்தில் உள்ள சக பிரபஞ்ச வாசிகளைப் பற்றிய மேம்பட்ட மனித அறிவார்ந்த புரிதலுடன், அவர்களை சகோதர சகோதரிகளாக மரியாதையுடனும் அன்புடனும் அழைக்கிறது.

பிரபஞ்சத்தின் எந்தப் பகுதியிலும் இயற்பியலின் விதி ஒரே மாதிரியாக இருக்க வேண்டும். பிரபஞ்சத்தில் பயணம் செய்ய முடியாத தூரத்தில் உள்ள மற்றொரு நாகரிகத்தை நாம் கண்டால், செயற்கை நுண்ணறிவு மூலம் தகவல்தொடர்புகளை

நிறுவ முடியும். இந்த சூரிய மண்டலத்தில் நாம் வாழும்போது, அவர்களை சந்திக்கவும், நம்மை பிரதிநிதித்துவப்படுத்தவும் செயற்கை நுண்ணறிவை அனுப்பலாம்.

ஒளியை விட எம்மால் வேகமாக பயணிக்க முடியாது. நாம் ஒரு உயர் பரிமாண அறிவு தளத்திற்கு முன்னேறினால், எதிர்கால சந்ததியினர் ஒளியை விட வேகமாக பயணிப்பதற்கான தீர்வைக் காணலாம். இது எவ்வளவு தூரம் சாத்தியம்? இந்த பிரச்சினையை நாம் திறந்த மனதுடன், முன்கூட்டி யோசிக்காமல் அணுக வேண்டும்.

அத்தியாயம் 14

பிரபஞ்சத்தின் தொடக்கம்

ஒரு சில அறிஞர்களும் விஞ்ஞானிகளும் பிரபஞ்சம் ஒன்றுமில்லாததிலிருந்து தொடங்கியது என்று வாதிடுகின்றனர்.

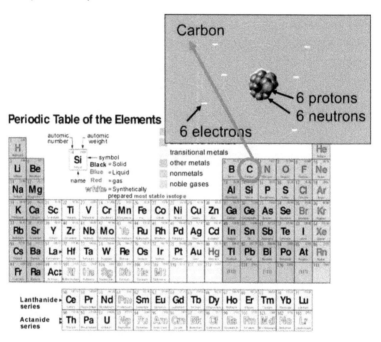

இந்த பிரம்மாண்டமான பிரபஞ்சம் ஒன்றுமில்லாததிலிருந்து எவ்வாறு தொடங்கியிருக்க முடியும்? இடம், காலம், பொருள் என்று எதுவும் இல்லாத முற்றிலும் பகுத்தறிவற்ற வாதம். உண்மையில், முழு பிரபஞ்சமும் நமது சூரிய குடும்பத்தில் உள்ள பூமி, சந்திரன், செவ்வாய், பிற கிரகங்கள் மற்றும் விண்கற்களைப் போன்ற அடிப்படை கூறுகள் மற்றும் கலவைகளிலிருந்து கட்டப்பட்டுள்ளது. இந்த விதத்தில், பிரபஞ்சத்தைப் பற்றிய சிறந்த புரிதல் மற்றும் அறிவு நமக்கு உள்ளது,

ஏனெனில், பிரபஞ்சத்தின் ஒவ்வொரு பகுதிக்கும் பிரபஞ்ச விதிகள் ஒரே மாதிரியாக பொருந்தும்.

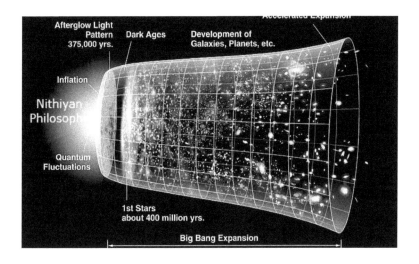

இந்த பிரபஞ்சத்தில், எல்லாம் தொடங்குகிறது, முடிவடைகிறது, பின்னர் மீண்டும் தொடங்குகிறது. இந்த பிரபஞ்சமே தொடங்குகிறது, முடிவடைகிறது, பின்னர் மீண்டும் தொடங்குகிறது! நமது பூமி, நமது தற்போதைய சூரிய குடும்பம், பால்வீதி, விண்மீன் திரள்கள், இந்த பிரபஞ்சம் கூட முடிந்து மீண்டும் தொடங்கும். பிரபஞ்சத்தில் அனைத்தும் மறுசுழற்சி செய்யப்படுகின்றன. இது ஒரு காலவரையற்ற செயல்முறை.

நவீன விஞ்ஞான விளக்கங்களை விட பிரபஞ்சம் குறித்த தமிழ் சித்தர்களின் அணுகுமுறை எவ்வாறு தெளிவாக உள்ளது என்று விஞ்ஞானிகள் ஆச்சரியப்படுகிறார்கள். சித்தர்களின் பிரபஞ்ச வயது மதிப்பீட்டை ஏற்றுக்கொள்வதன் மூலம் விஞ்ஞானிகள் மிதமானவர்கள். இந்த பிரபஞ்சம் பல இலட்ச்சம் கோடி ஆண்டுகள் பழமையானது என்று சித்தர்கள் கணக்கிட்டனர். இதற்கு நேர்மாறாக, நவீன விஞ்ஞானிகள் பெரு வெடிப்பு கோட்பாடு

அடிப்படையில் தற்போதைய பிரபஞ்சம் 1300 கோடி ஆண்டுகள் மட்டுமே பழமையானது என்று கூறுகிறர்கள். இது ஒரு கோட்பாடு மட்டுமே, இது விஞ்ஞானிகளால் நிரூபிக்கப்பட வேண்டும். பெரு வெடிப்பு வாதம் சர்ச்சைக்குரியது. பெரு வெடிப்புக்கு முன்பு என்ன இருந்தது? அநேகமாக, பெருவெடிப்பு நாம் வாழும் பிரபஞ்சத்தின் ஒரு பகுதியில் நடந்தது எனலாம். இந்த கோட்பாடு முழு பிரபஞ்சத்திற்கும் பொருந்தாது. பிரபஞ்சம் ஒரு புள்ளியில் இருந்து தொடங்கியது என்ற வாதத்தை ஏற்றுக்கொள்ள முடியாத அளவுக்கு பிரபஞ்சம் மிகவும் பெரியது.

பிரபஞ்சத்தின் முடிவு

பெரிய நெருக்கடி என்பது விஞ்ஞானிகள் கணிக்கும் ஒரு சூழ்நிலை.

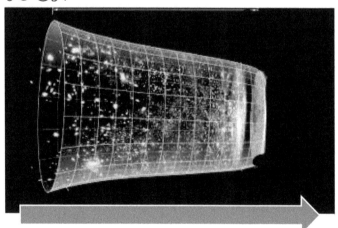

இது பெரு வெடிப்பு விரிவாக்கத்திற்க்கு எதிர்மாறாகும், இது பிரபஞ்சத்தை முடிவுக்குக் கொண்டு வரும். பிரபஞ்சம் என்றென்றும் விரிவடையாது என்று இந்த கோட்பாடு கூறுகிறது. இறுதியில், பிரபஞ்சத்தின் விரிவாக்கம் நிறுத்தப்படும், மேலும் பிரபஞ்சம் தானாகவே சரிந்து, ஒரு பிரம்மாண்டமான கருந்துளையை உருவாக்கும்.

இவை சரியான ஆதாரங்கள் இல்லாத கற்பனை வாதங்கள்.

சிவபெருமான், அதி உயர் நனவு

சிவபெருமான் தனது வேதங்களில் (விஞ்ஞானம்) பிரபஞ்சத்தின் அடிப்படைக் கொள்கைகளைப் புரிந்துகொள்கிறார்.

மேலே உள்ள புகழ்பெற்ற நடராஜர் சிலை கிமு 4000 க்கு முன்னர் தமிழ்ச் சித்தர்களால் வடிவமைக்கப்பட்டது. இது பிரபஞ்சத்தை நிர்வகிக்கும் கொள்கைகளை சித்தரிக்கிறது –

துணை அணு துகள்கள் மற்றும் அலை வடிவத்தில் இருண்ட விடயங்கள் உட்பட. பருப்பொருள் மற்றும் எதிர்ப்பொருள் (இருண்ட பொருள்) உறவு சாதாரண மனிதர்களின் தற்போதைய பரிமாண அறிவிற்கு அப்பாற்பட்டது.

சித்தர்களின் ஏழாம் அறிவு

அதி உயர் நனவை ஏழாவது உணர்வாக படிப்பது சுவாரஸ்யமானது. யோகா மற்றும் தியானத்தின் மூலம் இந்த உயர்ந்த மன விழிப்புணர்வை அடைய

முடியும். சிவபெருமான் தனது சீடர்களுக்கும் சித்தர்களுக்கும் யோகம், தியானம் ஆகியவற்றைக் கற்பித்தார். சித்தர்கள் உயர் உணர்வு நிலையைப் பயிற்சி செய்து, அவர்கள் தேர்ந்தெடுத்த துறையில் பல புதுமைகளைப் புகுத்தி அவற்றை நமக்குக் கொடுத்தனர். தென்னிந்திய மலைப்பிரதேசத்தின் புவியியல் அமைவிடம் மற்றும் மிதமான காலநிலை, இயற்கையான இதமான காற்று மற்றும் ஏராளமான உயிரினங்கள், காய்கறிகள் மற்றும் பழங்கள் ஆகியவை சித்தர்களை மிக உயர்ந்த மன செறிவை அடைய அவர்களின் ஆச்சிரமங்கள் அனுமதித்தன. இந்தப் பகுதிக்கு நீங்கள் பயணம் செய்தால், சித்தர்கள் அதிக கவனம் செலுத்துவதற்கான நிபந்தனைகளை இயற்கை எவ்வாறு வழங்கியது என்பதையும், தொழில்நுட்ப ரீதியாக மேம்பட்ட கருவிகளைப் பயன்படுத்தாமல் மனிதகுலத்திற்காக பல விடயங்களைப் புரிந்து கொள்ள அவர்களை அனுமதித்தது என்பதையும் நீங்கள் அறிந்து ஆச்சரியப்படுவீர்கள். இந்த பிரபஞ்சத்தில் அதிக பரிமாண அறிவைக் கொண்ட மற்ற உயிரினங்கள் நம்மை விட பிரபஞ்சத்தின் மர்மங்களை நன்கு புரிந்து கொள்ள முடியும். எதிர்காலத்தில், பிரபஞ்சத்தை நன்கு புரிந்துகொள்ள அதிக பரிமாண அறிவுடன் நாம் முன்னேறலாம்.

சித்தரின் ஏழாவது புலன் வளர்ச்சி என்பது ஆழமாக ஆராயப்பட வேண்டிய மற்றொரு அணுகு முறையாகும். இந்த அணுகுமுறை. யோகா மற்றும் தியானம் மூலம் நனவின் அளவை வியத்தகு முறையில் மேம்படுத்த முடியும்.

தத்துவ ரீதியாக, நமது மூளையின் செயல்பாடுகளைக் கட்டுப்படுத்துவதன் மூலம் அதிக அளவு மனச் செறிவை எம்மால் அடைய முடியும்.

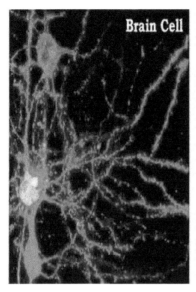

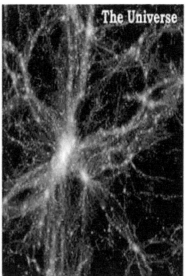

நமக்கும் பிரபஞ்சத்திற்கும் இடையிலான உறவு வியக்கத்தக்க வகையில் சிக்கலானது மற்றும் எளிமையானது. நாம் பிரபஞ்சத்திலிருந்து உருவானோம், நிர்வகிக்கப்படுகிறோம். இந்த பிரம்மாண்டமான பிரபஞ்சத்தின் ஒரு சிறிய பகுதியாக நாம் இருக்கிறோம்.

நமது பிரபஞ்சத்தைப் பற்றிய முழுமையான உண்மைகளை நாம் ஒருபோதும் அறிய மாட்டோம், ஏனென்றால் அனைத்து உண்மைகளும் நம் மனித மூளையுடன் சார்புநிலை தொடர்புடைய உண்மைகள். இதுதான் நமது வரம்பு.

நமது மனித மூளை கோடிக் கணக்கான 'நியூரான்களை' கொண்ட நமது பிரபஞ்சத்தின் ஒரு பிரதியாகும், பிரபஞ்மும் கோடிக் கணக்கான நட்சத்திரங்களைக் கொண்டது.. நமது மூளையின் அமைப்பும் விண்மீன் மண்டலத்தைப் போலவே உள்ளது.

இதுவரை, மனித மூளை பிரபஞ்சத்தில் நமக்குத் தெரிந்த மிக உயர்ந்த பொருள் ஆகும். எதிர்காலத்தில் நம்மை விட அதிக புத்திசாலித்தனமாக இருக்கும்

உயிரினங்களை பிரபஞ்சத்தில் நாம் சந்திக்க வாய்ப்புகள் உள்ளன.

மேம்பட்ட செயற்கை நுண்ணறிவு பிரபஞ்சத்தின் புதிரை இன்னும் சிறப்பாகப் புரிந்துகொள்ள நமக்கு உதவும். இருப்பினும், தற்பொழுது செயற்கை நுண்ணறிவு நான்கு பரிமாண அறிவின் அடிப்படையில் செயல்படுவதால், அதற்கும் அதன் சொந்த வரம்புகள் உள்ளன.

பல பரிமாண அறிவு அடிப்படை தளத்தில் பணியாற்ற நாம் முன்னேறும்போது, எதிர்காலத்தில் பல பரிமாண அறிவுடன் செயற்கை நுண்ணறிவை உருவாக்க நாம் முன்னேறலாம்.

இந்த நேரத்தில், தெரியாததைப் பற்றி சிந்திப்பதில் நேரத்தை வீணடிக்காதீர்கள் - உங்களுக்கு மகிழ்ச்சியையும் மன அமைதியையும் வழங்கும் உயர்ந்த தார்மீக வாழ்க்கையை வாழுங்கள். நீங்கள் இந்த கிரகத்தில் ஒரு அழகான வாழ்க்கையை மேற்க்கொள்கிறீர்கள்.

பூமியின் முடிவு

ஒரு நாள், நமது பூமி, நமது தற்போதைய சூரிய குடும்பம், முடிவடையும். பிரபஞ்சத்தில் எல்லாவற்றிற்கும் அதன் சொந்த நேரமும் மற்றும் இடமும் உள்ளது. பூமி தனது நேரத்தை இழந்து விடும். பூமி இன்னும் 130 கோடி ஆண்டுகள் தான் நீடிக்கும் என்று விஞ்ஞானிகள் கணித்துள்ளனர்.

தமிழ் சித்தர்களும் பூமியின் முடிவை இவ்வாறே கணித்துள்ளனர். பிரபஞ்சத்தில் அனைத்தும் மறுசுழற்சி செய்யப்படுகின்றன. இது ஒரு அற்புதமான, காலவரையற்ற செயல்முறையாகும், இது பிரபஞ்சம் முழுவதிற்க்கும் பொருந்தும். ஒவ்வொரு பொருளும் காலம் மற்றும் இடத்துடன் பிணைக்கப்பட்டுள்ளது மற்றும் இந்த பிரபஞ்சம் காலவரையற்ற செயல்முறைக்கு உட்பட்டது. இது ஏன் இவ்வாறு நடக்கிறது?

இதை நமது மட்டுப்படுத்தப்பட்ட அறிவைக் கொண்டு நாம் ஊகிக்கலாம்; நம்மிடம் பல பரிமாண அறிவு இருந்தால் இதை நம்மால் நன்கு புரிந்து கொள்ள முடியும்.

நாம் நான்கு பரிமாணங்களுக்கு மேற்பட்ட பரிமாணங்களை அடிப்படையாகக் கொண்ட ஒரு அறிவு முறைக்கு முன்னேறலாம்; இது எதிர்காலத்தில் பிரபஞ்சத்தின் மறைக்கப்பட்ட மர்மங்களைப் புரிந்துகொள்ள வழிவகுக்கும்.

தார்மீக நெருக்கடி மற்றும் மனித வாழ்க்கையின் முடிவு?

பூமி இயற்கையாக முடிவதற்கு முன்பே மனிதர்களின் சுய-அழிவுகரமான செயல்கள் பூமியின் அழிவிற்க்கு வித்திடும். பூமியின் இயற்கை வளங்களை அகழ்ந்து எரிபொருட்களை எரிப்பது பெரும் மாசுபாட்டை ஏற்படுத்தும் இந்த பொறுப்பற்ற செயல்கள் பூமியின் வளிமண்டலத்தை கடுமையாக சேதப்படுத்தி கிரகத்தை வெப்பமாக்கும். அதீத வெப்பம் உணவு உற்பத்தியை மட்டுப்படுத்தும், கடல் மட்ட உயர்வு மற்றும் கடுமையான காற்று, மழை வெள்ளத்தை ஏற்படுத்தும். பஞ்சமும் நோயும் பூமியின் உயிரினங்களை அழித்துவிடும்.

பொறுப்பற்ற முறையில் அணுகுண்டு சாதனங்களைப் பயன்படுத்துவது, இது மனிதர்கள் உட்பட முழு உயிரினங்களையும் அழித்துவிடும். அணு ஆயுத சேமிப்பில் ஏற்படும் விபத்துக்கள் பூமியை அழிக்கக்கூடும். இது இயற்கை பேரழிவு அல்லது மனித தவறு காரணமாகவும் நிகழலாம்.

ஒழுங்குபடுத்தப்படாத செயற்கை நுண்ணறிவு இயந்திர கற்றல் முறைமை தொழில்நுட்பம் செயற்கை நுண்ணறிவு சக்தியை மேலும் அதிகரிக்கிறது. செயற்கை நுண்ணறிவைக் கட்டுப்படுத்த எங்களுக்கு ஏற்கனவே தாமதமாகிவிட்டது எனப்பார்த்தோம். அதிஉயர் செயற்கை நுண்ணறிவு ‘ரோபோ’ இயந்திரங்களுக்கு எங்கள் கட்டுப்பாட்டை இழக்கும் விளிம்பில் நாங்கள் இருக்கிறோம். இது மிகவும் ஆபத்தான சூழ்நிலை.

மற்றொரு உயிரினத்தை உருவாக்குவது அல்லது மனித மூளையில் இலத்திரன் கருவிகளைப் பொருத்துவதன் மூலம் அல்லது மனித மூளையை கணினிகள் மற்றும் செயற்கை நுண்ணறிவுடன்

இணைப்பதன் மூலம் மனிதர்களை மாற்றுவது மனிதர்களுக்கு மிகவும் ஆபத்தானது. செயற்கை நுண்ணறிவுடன் இணைக்கப்பட்ட இந்த புதிய மனிதர்கள் மிகவும் சக்திவாய்ந்ததாக மாறும். மற்றும் மனிதர்களையும் இந்த கிரகத்தில் உள்ள அனைத்து உயிர்களையும் முற்றிலுமாக அழிக்கும். இது இந்த கிரகத்தில் மனித இனத்தின் முடிவைக் குறிக்கும்.

உயிருள்ள உயிரினங்களை ஆதரிக்கும் நமது சிறிய தனித்துவமான கிரகத்தைப் பாதுகாக்க நாம் பொறுப்புடன் செயல்பட வேண்டும். இதுவரை, பால்வீதியில் பூமியைப் போன்ற கிரகங்களை நாம் கண்டுபிடிக்கவில்லை. மற்ற விண்மீன் திரள்களுக்குச் சென்று இப்போது வேறு பூமியை கண்டுபிடிப்பது நடைமுறையில் இல்லை. எதிர்காலத்தில் பிரபஞ்சத்தின் பிற இடங்களிலிருந்து முன்னேறிய சக பிரபஞ்ச வாசிகளால் நாம் தொடர்பு கொள்ளப்படலாம்.

தற்போதைய தொழில்நுட்பத்துடன் நீண்ட தூரம் பயணிக்க எங்களுக்கு வசதி இல்லை, ஆனால் எதிர்காலத்தில் அவ்வாறு செய்யலாம். இறுதியில், பிரபஞ்சத்தில் இடம்பெயர்வதற்கு ஒத்த கிரகங்களை நாம் கண்டுபிடிப்போம், ஆனால் அதுவரை நாம் நமது பூமியை பாதுகாக்க வேண்டும்.

முடிவுரை

அறிவு உலகளாவியது, சக்திவாய்ந்தது, வளமானது மற்றும் அழகானது. அறிவு என்பது பிரபஞ்சத்தில் உள்ள அனைத்து மனிதர்களுக்கும், பிற உயிர்களுக்கும், சக பிரபஞ்ச வாசிகளுக்கும் சொந்தமானது. நீங்கள் இப்போது படித்த பதினான்கு அத்தியாயங்களில், பல கல்வித் துறைகள் தொடர்பான பல விடயங்களை நாங்கள் பகுப்பாய்வு செய்துள்ளோம்.

தத்துவம், மனிதர்கள், செயற்கை நுண்ணறிவு, உயர்ந்த செயற்கை நுண்ணறிவு, மதம், அதி உயர் நனவு மற்றும் கடவுள் ஆகியவற்றை நான் வரையறுத்தேன். மேலும், இந்த சமகால உலகத்திற்கும் அதற்கு அப்பாலும் **அறிவார்ந்த வாழ்க்கையின் சாராம்சத்தை** நான் வரையறுத்தேன் . நீங்கள் இந்த கிரகத்திலோ அல்லது பிரபஞ்சத்தின் வேறு இடத்திலோ வாழ்ந்தாலும், வாழ்க்கையின் சாராம்சம் மனிதர்களுக்கு ஒரே மாதிரியாக இருக்க வேண்டும் என்று நான் தெளிவுபடுத்தினேன்.

21 ஆம் நூற்றாண்டிலிருந்து ஒரு மகிழ்ச்சியான வாழ்க்கையை வாழ தார்மீகக் கொள்கைகள், அறநெறிமுறைகளைப் பின்பற்றுவது மட்டுமே ஒரே வழி என்று நாம் முடிவு செய்யலாம். இரண்டு பண்டைய தமிழ் தத்துவவாதிகளின் அடிப்படை வாழ்க்கை ஒழுக்க நெறிகளை நான் பரிந்துரைக்கிறேன், இதனால் நீங்கள் கடவுள் அடிப்படையிலான மதத்துடன் தொடர்பு கொள்ளாமல் மகிழ்ச்சியான வாழ்க்கையை வாழ முடியும்.

எங்கள் உயிரியல் இருப்பை மாற்ற வேண்டாம் என்று நான் கடுமையாக அறிவுறுத்துகிறேன், ஏனெனில் நாங்கள் செயற்கை நுண்ணறிவுடன் மற்றொரு உயிரினத்தை உருவாக்குவோம். நமக்கு வரையறுக்கப்பட்ட பரிமாண அறிவு மட்டுமே இருப்பதால், பல பரிமாண பிரபஞ்சத்தில் ஒரு புதிய

110

உயிரினத்தின் உட்குறிப்பு நம் கற்பனைக்கு அப்பாற்பட்டது. புதிய உயிரினம் இந்த கிரகத்தில் உள்ள அனைத்து உயிரினங்களுக்கும் ஆபத்தை ஏற்படுத்தும். மற்றொரு உயிரினத்தை உருவாக்க நமக்கு தார்மீக அதிகாரம் இல்லை.

மனிதகுலத்திற்கு முதல் சிந்தனைப் பள்ளியை வழங்கிய தமிழ் தத்துவத்திற்கு நான் முக்கியத்துவம் கொடுத்தேன் என்பதை நீங்கள் ஒப்புக் கொள்ளலாம். வானியல், இயற்கை மருத்துவம், கணிதம், நடனம், இசை மற்றும் பிற 64 வகையான திறன்கள் பற்றி தமிழ் முறைமை எங்களுக்கு ஆழமான புரிதலை வழங்கி உள்ளது. உலகின் மிகப் பழமையான தமிழ் நாகரிகம் ஏழாம் அறிவு வளர்ச்சிக்கு ஒரு அறிவொளியாக பங்களித்தது. தமிழ் சித்தர்கள் ஏழாம் அறிவை அடையும் முறை இன்னும் தெளிவாக ஆராயப்படவில்லை. துரதிர்ஷ்டவசமாக, கடவுளுடைய மதங்கள் மற்றும் படையெடுப்பாளர்களின் எழுச்சியால் இந்த அணுகுமுறை அழிக்கப்பட்டது. சித்தர்களின் கூடுதல் பரிமாணங்கள் மற்றும் அறிவு மேம்பாட்டு தளத்தை மீண்டும் கண்டறிய முன்னணி பல்கலைக்கழகங்களில் ஆராய்ச்சி நடத்தப்பட வேண்டும் என்று நான் பரிந்துரைக்கிறேன்.

மேற்கத்திய தத்துவங்களின் வரலாறு அல்லது கடவுளின் மதக் கோட்பாடுகளின் வரலாற்றில் நான் அதிக கவனம் செலுத்தவில்லை என்பதை நீங்கள் கவனிக்கலாம். உயர் தொழில்நுட்ப உலகில் புத்திசாலித்தனமான வாழ்க்கையின் சாராம்சத்தை வழிநடத்துவதற்கான எங்கள் அணுகுமுறையை வளர்ப்பதில் இந்த அறிவு எங்களுக்கு பயனுள்ளதாக இருக்காது என்று நான் வாதிடுவேன். நாம் செயற்கை நுண்ணறிவு பொருளாதாரத்தை நோக்கி சென்று கொண்டிருப்பதால், நான் வேண்டுமென்றே பழைய பொருளாதார சிந்தனைகளை தவிர்க்கிறேன்: இந்த

111

கருத்துக்கள் கடவுளின் மத போதனைகளைப் போலவே காலாவதியானவை மற்றும் பயனற்றவை.

நாம் பல பரிமாண பிரபஞ்சத்தை புரிந்து கொண்டால் நம்மை மேலும் மேம்படுத்துவோம் என்றும், விரைவில் பல பரிமாண அறிவு தளத்தை நோக்கி முன்னேறுவதன் மூலம் அவ்வாறு செய்ய முடியும் என்றும் நான் கணித்துள்ளேன். எதிர்காலத்தில் பல பரிமாண அறிவு அடிப்படையிலான செயற்கை நுண்ணறிவை உருவாக்குவதன் மூலம் நம்மை மேலும் மேம்படுத்துவோம். உயர்ந்த செயற்கை நுண்ணறிவு நம்மை மனிதர்களாகவும் அவற்றின் படைப்பாளர்களாகவும் புரிந்து கொள்ள வேண்டும், மேலும் நம்மை என்றென்றும் கவனித்துக் கொள்ள வேண்டும். நமது கிரகம் இயற்கையால் அல்லது நம்மால் அழிக்கப்படுவதற்கு முன்பே, இந்த பிரபஞ்சத்தில் நமது இருப்பைத் தொடர செயற்கை நுண்ணறிவு பூமியைப் போன்ற பிற கிரகங்களைக் கண்டுபிடிக்கும்.

தத்துவ ரீதியாக, மனிதர்கள் மிகவும் மேம்பட்ட நுண்ணறிவு கொண்ட அன்பானவர்கள், பூமியில், சூரிய மண்டலம், பால்வீதி மற்றும் பிரபஞ்சத்திற்குள் மிகவும் ஒழுக்கமான, அழகான வாழ்க்கையை நடத்துகிறார்கள். எதிர்காலத்தில், இந்த பிரபஞ்சத்தில் செயற்கை நுண்ணறிவைக் கொண்ட ஒரு உயரிய உயிரினமாக பல பரிமாண அறிவுடன் நம்மை விரிவுபடுத்தலாம். மேலும், எதிர்காலத்தில் சிவபெருமான் யோகா நுட்பங்கள் மற்றும் செயற்கை நுண்ணறிவு ஆகியவற்றைப் பயன்படுத்தி நம்மை மென்மேலும் மேம்படுத்திக் கொள்ளலாம்.

இந்த தத்துவ வழிகாட்டுதல் 21 ஆம் நூற்றாண்டிலிருந்து உங்களுக்கு பயனுள்ளதாக இருக்கும். சமூக அறிவியல் மற்றும் இயற்கை அறிவியல் இணைந்த அறிவைப் பயன்படுத்தி, இந்த *'நித்தியன் தத்துவம்'* எளிமைப்படுத்தப்பட்ட

எழுத்து, பிரபஞ்சத்தில் உள்ள சகவாசிகள் நமது அறிவு மற்றும் அறிவு முன்னேற்றத்தைப் புரிந்துகொள்ள பயனுள்ளதாக இருக்கும்.

எதிர்காலத்தில் இந்தப் பிரபஞ்சத்தில் என்றென்றும் அமைதியாகவும் மகிழ்ச்சியாகவும் வாழ்வதற்கான தார்மீக வழிகாட்டுதல்களை இந்தப் புத்தகம் நமக்கு வழங்கும்.

Ingram Content Group UK Ltd.
Milton Keynes UK
UKHW020935100323
418370UK00015B/1020

9 781915 919809